The Psychology of Learning Understanding the Educational Process

బోధనా పద్ధతిని అర్థం చేసుకుంటూ నేర్చుకునే మానసిక శాస్త్రం

Vikram Singhania

Copyright © [2023]
Title: The Psychology of Learning Understanding the Educational Process
Author's: Vikram Singhania

All rights reserved. No part of this publication may be reproduced, stored in a retrieval system, or transmitted in any form or by any means, electronic, mechanical, photocopying, recording, or otherwise, without the prior written permission of the publisher or author, except in the case of brief quotations embodied in critical reviews and certain other non-commercial uses permitted by copyright law.

This book was printed and published by [Publisher's: **Vikram Singhania**] in [2023]

ISBN:

TABLE OF CONTENT

Chapter 1: Foundations of Learning   10

Introduction to the psychology of learning

Key theories of learning (e.g., behaviorism, cognitivism, constructivism)

The brain and learning

The role of motivation and emotion in learning

Chapter 2: Attention and Memory   18

How attention works and how to improve it

Different types of memory and how they function

Strategies for effective memory retention

The impact of technology on attention and memory

Chapter 3: Language and Learning   26

The role of language in cognitive development

Language acquisition and literacy development

Strategies for teaching language and literacy skills

The impact of multilingualism on learning

- **Chapter 4: Thinking and Problem-Solving   34**
  - Different types of thinking (e.g., critical thinking, creative thinking)
  - How to develop effective problem-solving skills
  - The role of metacognition in learning
  - Strategies for teaching thinking and problem-solving skills

- **Chapter 5: Motivation and Engagement   43**
  - Theories of motivation and their application to education
  - How to create a motivating learning environment
  - The role of intrinsic and extrinsic motivation
  - Strategies for fostering student engagement

- **Chapter 6: Assessment and Feedback   51**
  - Different types of assessment and their purposes
  - How to provide effective feedback that promotes learning
  - The role of self-assessment in learning
  - Strategies for designing and implementing formative and summative assessments

Chapter 7: Learning in Different Contexts 59

The role of culture and socioeconomic factors in learning

Learning in diverse classrooms

The impact of technology on learning

Strategies for creating inclusive and equitable learning environments

Chapter 8: The Future of Learning 67

Emerging trends in education and learning

The impact of technology on the future of learning

The importance of lifelong learning

Preparing students for the future

Chapter 9: Conclusion 75

Summary of key points

Implications for practice

Future directions for research

A call to action for educators and policymakers

విషయ సూచిక

అధ్యాయం1. నేర్చుకునే మానసిక శాస్త్రం యొక్క పునాదులు:

- నేర్చుకునే మానసిక శాస్త్రానికి పరిచయం
- నేర్చుకునే ప్రధాన సిద్ధాంతాలు (ఉదా., ప్రవర్తనవాదం, జ్ఞానవాదం, రూపకల్పనవాదం)
- మెదడు మరియు నేర్చుకోవడం
- నేర్చుకోవడంలో ఉద్వేగం మరియు ప్రేరణ పాత్ర

అధ్యాయం2. దృష్టి మరియు జ్ఞాపకశక్తి:

- దృష్టి ఎలా పనిచేస్తుంది మరియు దానిని ఎలా మెరుగుపరచాలి
- వివిధ రకాల జ్ఞాపకశక్తి మరియు వాటి పనితీరు
- జ్ఞాపకశక్తిని పటిష్టంగా నిలుపుకోవడానికి వ్యూహాలు
- టెక్నాలజీ దృష్టి మరియు జ్ఞాపకశక్తిపై ప్రభావం

అధ్యాయం3. భాష మరియు నేర్చుకోవడం:

జ్ఞానసంపాదనలో భాష పాత్ర

భాషా నైపుణ్యం మరియు అక్షరాస్యత అభివృద్ధి

భాష మరియు అక్షరాస్యత నైపుణ్యాలను బోధించే వ్యూహాలు

బహుభాషా నేర్పు నేర్చుకోవడంపై ప్రభావం

అధ్యాయం4. ఆలోచన మరియు సమస్య పరిష్కారం:

వివిధ రకాల ఆలోచనలు (ఉదా., విమర్శనాత్మక ఆలోచన, సృజనాత్మక ఆలోచన)

ప్రభావవంతమైన సమస్య పరిష్కార నైపుణ్యాలను ఎలా అభివృద్ధి చేయాలి

నేర్చుకోవడంలో మెటాకోగ్నిషన్ పాత్ర

ఆలోచన మరియు సమస్య పరిష్కార నైపుణ్యాలను బోధించే వ్యూహాలు

అధ్యాయం 5. ప్రేరణ మరియు నిమగ్నత:

- ప్రేరణ సిద్ధాంతాలు మరియు వాటి విద్యావ్యవస్థ అనువర్తనం
- ప్రేరేపించే నేర్పు వాతావరణాన్ని ఎలా సృష్టించాలి
- ఆంతరంగిక మరియు బాహ్య ప్రేరణ పాత్ర
- విద్యార్థుల నిమగ్నతను పెంపొందించే వ్యూహాలు

అధ్యాయం 6. మూల్యాంకనం మరియు ప్రతిస్పందన:

- వివిధ రకాల మూల్యాంకనాలు మరియు వాటి ప్రయోజనాలు
- నేర్చుకునే విధానాన్ని ప్రోత్సహించే ప్రభావవంతమైన ప్రతిస్పందన ఎలా ఇవ్వాలి
- నేర్చుకోవడంలో స్వీయ-మూల్యాంకన పాత్ర
- రూపకల్పన మరియు అమలు చేసే వ్యూహాలు: నిర్మాణాత్మక మరియు సంగ్రహణ మూల్యాంకనాలు

అధ్యాయం 7. వివిధ పరిస్థితులలో నేర్చుకోవడం:

నేర్చుకోవడంలో సంస్కృతి మరియు సామాజిక-ఆర్థిక కారకాల పాత్ర

వైవిధ్యమైన తరగతి గదుల్లో నేర్చుకోవడం

నేర్చుకోవడంపై టెక్నాలజీ ప్రభావం

సమ్మిళిత మరియు సమాన నేర్పు వాతావరణాలను సృష్టించే వ్యూహాలు

అధ్యాయం 8. నేర్చుకునే భవిష్యత్తు:

విద్య మరియు నేర్చుకోవడంలో కొత్త ధోరణులు

భవిష్యత్తు నేర్చుకోవడంపై టెక్నాలజీ ప్రభావం

జీవితకాల నేర్చుకోవడం యొక్క ప్రాముఖ్యత

భవిష్యత్తు కోసం విద్యార్థులను సిద్ధం చేయడం

అధ్యాయం 9. ముగింపు:

కీలక అంశాల సారాంశం

వాస్తవిక పరిస్థితులకు అనువర్తనం

పరిశోధన కోసం భవిష్యత్ దిశలు

ఉపాధ్యాయులు మరియు విధాన నిర్మాతలకు పిలుపు

Chapter 1: Foundations of Learning
అధ్యాయం1. నేర్చుకునే మానసిక శాస్త్రం యొక్క పునాదులు

నేర్చుకునే మానసిక శాస్త్రానికి పరిచయం

నేర్చుకోవడం అనేది మానవులకు సహజమైన ప్రక్రియ. మనం జన్మించినప్పటి నుండి, మనం ప్రపంచాన్ని తెలుసుకోవడానికి మరియు మన జ్ఞానాన్ని మెరుగుపరచడానికి ప్రయత్నిస్తూనే ఉంటాము. నేర్చుకోవడం అనేది మన జీవితంలోని అన్ని అంశాలను ప్రభావితం చేస్తుంది, మన భాష, సాంస్కృతిక అవగాహన, నైపుణ్యాలు మరియు సామర్థ్యాలు మన నేర్చుకోవడం ద్వారా అభివృద్ధి చెందుతాయి.

నేర్చుకోవడం అనేది ఒక సంక్లిష్టమైన ప్రక్రియ, ఇది అనేక అంశాలను కలిగి ఉంటుంది. నేర్చుకోవడం యొక్క కొన్ని ప్రధాన అంశాలు:

- ప్రేరణ: నేర్చుకోవడానికి మనం ప్రేరణ పొందాలి. మనం నేర్చుకోవడానికి ఆసక్తి ఉన్న విషయాలను మనం బాగా నేర్చుకుంటాము.
- ప్రాసెసింగ్: మనం నేర్చుకున్న సమాచారాన్ని మన మెదడు ప్రాసెస్ చేయాలి. మనం నేర్చుకున్న సమాచారాన్ని అర్థం చేసుకోవడానికి మరియు దానిని ఉపయోగించడానికి మనం సమయం తీసుకోవాలి.

మెమరీ: మనం నేర్చుకున్న సమాచారాన్ని గుర్తుంచుకోవాలి. మనం మెమరీని ఉపయోగించి నేర్చుకున్న సమాచారాన్ని తిరిగి ఉపయోగించవచ్చు.

అన్వయం: మనం నేర్చుకున్న సమాచారాన్ని కొత్త పరిస్థితులకు అన్వయించగలగాలి. మనం నేర్చుకున్న సమాచారాన్ని మన జీవితంలో ఉపయోగించగలగాలి.

నేర్చుకోవడం యొక్క అనేక రకాలు ఉన్నాయి. కొన్ని ప్రధాన నేర్చుకోవడం రకాలు:

సాంప్రదాయిక నేర్చుకోవడం: ఇది ఉపాధ్యాయ-విద్యార్థి నమూనాలో జరుగుతుంది. ఉపాధ్యాయులు విద్యార్థులకు సమాచారాన్ని బోధిస్తారు మరియు విద్యార్థులు ఆ సమాచారాన్ని అర్థం చేసుకోవడానికి మరియు గుర్తుంచుకోవడానికి ప్రయత్నిస్తారు.

అనుభవజ్ఞత ద్వారా నేర్చుకోవడం: ఇది ప్రత్యక్ష అనుభవం ద్వారా జరుగుతుంది. మనం ఏదైనా చేయడం ద్వారా మనం దాని గురించి తెలుసుకోవడానికి ఈ నేర్చుకోవడం రకం ఉపయోగపడుతుంది.

మోడలింగ్ ద్వారా నేర్చుకోవడం: ఇది ఇతరులను చూసి నేర్చుకోవడం. మనం ఇతరులను చూసి వారి ప్రవర్తనను అనుసరించడం ద్వారా మనం కొత్త విషయాలు నేర్చుకోవచ్చు.

నేర్చుకునే ప్రధాన సిద్ధాంతాలు

నేర్చుకోవడం అనేది ఒక సంక్లిష్టమైన ప్రక్రియ, ఇది అనేక అంశాలను కలిగి ఉంటుంది. నేర్చుకోవడం యొక్క అర్థాన్ని అర్థం చేసుకోవడానికి మరియు నేర్చుకోవడాన్ని మెరుగుపరచడానికి, మానసిక శాస్త్రవేత్తలు నేర్చుకోవడం యొక్క వివిధ సిద్ధాంతాలను అభివృద్ధి చేశారు.

నేర్చుకునే ప్రధాన సిద్ధాంతాలు మూడు:

- ప్రవర్తనవాదం: ఈ సిద్ధాంతం ప్రకారం, నేర్చుకోవడం అనేది ప్రతిఫలాల ద్వారా నియంత్రించబడుతుంది. మంచి ప్రవర్తనకు ప్రతిఫలం లభిస్తే, ఆ ప్రవర్తన మరింత సాధారణం అవుతుంది. మంచి ప్రవర్తనకు శిక్ష లభిస్తే, ఆ ప్రవర్తన తగ్గుతుంది.
- జ్ఞానవాదం: ఈ సిద్ధాంతం ప్రకారం, నేర్చుకోవడం అనేది సమాచారాన్ని అర్థం చేసుకోవడం ద్వారా జరుగుతుంది. మనం కొత్త సమాచారాన్ని అర్థం చేసుకున్నప్పుడు, మన జ్ఞానం యొక్క నిర్మాణం మారుతుంది.
- రూపకల్పనవాదం: ఈ సిద్ధాంతం ప్రకారం, నేర్చుకోవడం అనేది కొత్త సమస్యలను పరిష్కరించడం ద్వారా జరుగుతుంది. మనం కొత్త సమస్యలను పరిష్కరించడానికి ప్రయత్నిస్తున్నప్పుడు, మనం కొత్త నైపుణ్యాలు మరియు సామర్థ్యాలను అభివృద్ధి చేస్తాము.

ప్రవర్తనవాదం

ప్రవర్తనవాదం అనేది నేర్చుకోవడం యొక్క అత్యంత ప్రాచుర్యం పొందిన సిద్ధాంతాలలో ఒకటి. ఈ సిద్ధాంతాన్ని

ఐవన్ పవ్లోవ్, బి.ఎఫ్. స్కినర్ మరియు జార్జ్ హాల్ వంటి మానసిక శాస్త్రవేత్తలు అభివృద్ధి చేశారు.

ప్రవర్తనవాదం ప్రకారం, నేర్చుకోవడం అనేది ప్రతిఫలాల ద్వారా నియంత్రించబడుతుంది. మంచి ప్రవర్తనకు ప్రతిఫలం లభిస్తే, ఆ ప్రవర్తన మరింత సాధారణం అవుతుంది. మంచి ప్రవర్తనకు శిక్ష లభిస్తే, ఆ ప్రవర్తన తగ్గుతుంది.

ప్రవర్తనవాదం యొక్క కొన్ని ప్రధాన సూత్రాలు:

ప్రతిస్పందన బలం: ఒక ప్రవర్తనకు ప్రతిఫలం లభిస్తే, ఆ ప్రవర్తన మరింత బలంగా మారుతుంది.

బలహీనత: ఒక ప్రవర్తనకు శిక్ష లభిస్తే, ఆ ప్రవర్తన బలహీనమవుతుంది.

ఉద్దీపన-ప్రతిస్పందన జత: ఒక ఉద్దీపన మరియు ఒక ప్రతిస్పందన ఎక్కువసార్లు కలిసి ఉంటే, ఆ ఉద్దీపన ఆ ప్రతిస్పందనను ఉత్పత్తి చేయడానికి మరింత అవకాశం ఉంది.

మెదడు మరియు నేర్చుకోవడం

మెదడు అనేది నేర్చుకోవడానికి బాధ్యత వహించే శరీరంలోని అత్యంత క్లిష్టమైన అవయవం. మెదడులోని వివిధ ప్రాంతాలు వివిధ రకాల నేర్చుకోవడంలో పాత్ర పోషిస్తాయి.

నేర్చుకోవడంలో మెదడు యొక్క పాత్ర

నేర్చుకోవడం అనేది మెదడులోని న్యూరాన్లు మరియు న్యూరాన్ నెట్‌వర్క్‌లలో మార్పులు సంభవించడం ద్వారా జరుగుతుంది. ఈ మార్పులు మెదడులోని సమాచారాన్ని ప్రాసెస్ చేయడం మరియు నిల్వ చేయడం యొక్క మార్గాలను మారుస్తాయి.

నేర్చుకోవడంలో మెదడు యొక్క కొన్ని ప్రధాన పాత్రలు:

- సమాచారాన్ని గ్రహించడం: మెదడు సమాచారాన్ని కళ్ళు, చెవులు, ముక్కు మరియు నోటి ద్వారా గ్రహిస్తుంది.
- సమాచారాన్ని అర్థం చేసుకోవడం: మెదడు సమాచారాన్ని అర్థం చేసుకోవడానికి మరియు దానిని ముందుగానే ఉన్న జ్ఞానంతో అనుసంధానించడానికి ఉపయోగిస్తుంది.
- సమాచారాన్ని నిల్వ చేయడం: మెదడు సమాచారాన్ని శాశ్వతంగా లేదా తాత్కాలికంగా నిల్వ చేస్తుంది.
- సమాచారాన్ని ఉపయోగించడం: మెదడు సమాచారాన్ని కొత్త నైపుణ్యాలను నేర్చుకోవడానికి, సమస్యలను పరిష్కరించడానికి మరియు జీవితంలో నిర్ణయాలు తీసుకోవడానికి ఉపయోగిస్తుంది.

మెదడులోని నేర్చుకోవడానికి సంబంధించిన ప్రాంతాలు

మెదడులోని అనేక ప్రాంతాలు నేర్చుకోవడంలో పాత్ర పోషిస్తాయి. కొన్ని ప్రధాన ప్రాంతాలు:

హిప్పోకాంపస్: హిప్పోకాంపస్ అనేది కొత్త సమాచారాన్ని గుర్తుంచుకోవడానికి మరియు నిల్వ చేయడానికి బాధ్యత వహించే ప్రాంతం.

ప్రీఫ్రాంటల్ కోర్టెక్స్: ప్రీఫ్రాంటల్ కోర్టెక్స్ అనేది సమస్యలను పరిష్కరించడం, నిర్ణయాలు తీసుకోవడం మరియు సృజనాత్మకతను ప్రోత్సహించడానికి బాధ్యత వహించే ప్రాంతం.

టెంపోరల్ లోబ్స్: టెంపోరల్ లోబ్స్ అనేవి భాషను అర్థం చేసుకోవడానికి మరియు ప్రాసెస్ చేయడానికి బాధ్యత వహించే ప్రాంతాలు.

ఆక్సిపిటల్ లోబ్స్: ఆక్సిపిటల్ లోబ్స్ అనేవి దృష్టిని ప్రాసెస్ చేయడానికి మరియు అర్థం చేసుకోవడానికి బాధ్యత వహించే ప్రాంతాలు.

నేర్చుకోవడంలో ఉద్వేగం మరియు ప్రేరణ పాత్ర

ఉద్వేగం మరియు ప్రేరణ అనేవి నేర్చుకోవడంలో ముఖ్యమైన పాత్ర పోషిస్తాయి. ఉద్వేగం అనేది మన భావోద్వేగాలను సూచిస్తుంది, అయితే ప్రేరణ అనేది మనం ఏదైనా చేయడానికి లేదా సాధించడానికి మనల్ని ప్రేరేపించేది.

ఉద్వేగం

ఉద్వేగం నేర్చుకోవడాన్ని అనేక విధాలుగా ప్రభావితం చేస్తుంది. ఉదాహరణకు, ఉత్సాహం మరియు ఆసక్తి నేర్చుకోవడానికి మరియు కొత్త సమాచారాన్ని గ్రహించడానికి సహాయపడతాయి. అయితే, భయం లేదా ఆందోళన నేర్చుకోవడాన్ని కష్టతరం చేస్తాయి.

ప్రేరణ

ప్రేరణ కూడా నేర్చుకోవడాన్ని ప్రభావితం చేస్తుంది. మనం ఏదైనా చేయడానికి ప్రేరేపించబడితే, మనం దానిపై ఎక్కువ సమయం మరియు ప్రయత్నం పెడతాము. మనం ఏదైనా సాధించడానికి ప్రేరేపించబడితే, మనం మరింత కష్టపడతాము మరియు మరింత సాధిస్తాము.

నేర్చుకోవడంలో ఉద్వేగం మరియు ప్రేరణ పాత్రను మెరుగుపరచడానికి కొన్ని మార్గాలు:

- మీకు ఆసక్తి ఉన్న విషయాలను నేర్చుకోండి.
- మీరు సాధించాలనుకునే లక్ష్యాలను నిర్దేశించుకోండి.

మీరు నేర్చుకుంటున్న విషయం యొక్క ప్రాముఖ్యతను అర్ధం చేసుకోండి.

మీరు నేర్చుకుంటున్న విషయంపై మీకు సహాయపడే వ్యక్తులతో కనెక్ట్ అవ్వండి.

నేర్చుకోవడాన్ని ఆనందించండి!

ఉద్వేగం మరియు ప్రేరణ యొక్క ప్రాముఖ్యత

ఉద్వేగం మరియు ప్రేరణ నేర్చుకోవడం యొక్క ముఖ్యమైన అంశాలు. ఈ రెండు అంశాలు ఉన్నప్పుడు, మనం కొత్త సమాచారాన్ని మరింత సులభంగా మరియు సమర్ధవంతంగా గ్రహించగలము మరియు మన నైపుణ్యాలను మెరుగుపరచగలము.

Chapter 2: Attention and Memory

అధ్యాయం2. దృష్టి మరియు జ్ఞాపకశక్తి

దృష్టి ఎలా పనిచేస్తుంది?

దృష్టి అనేది మనం ప్రపంచాన్ని చూసే సామర్థ్యం. ఇది ఒక సంక్లిష్టమైన ప్రక్రియ, ఇది మన కళ్ళు, మెదడు మరియు న్యూరోమోటర్ వ్యవస్థల మధ్య సమన్వయంతో పనిచేస్తుంది.

మన కళ్ళు ప్రకాశాన్ని గ్రహించి, దానిని మెదడుకు సంకేతాలుగా మారుస్తాయి. ఈ సంకేతాలు మెదడులోని దృష్టి కేంద్రాలకు వెళతాయి, అక్కడ అవి ప్రాసెస్ చేయబడతాయి మరియు మనం చూస్తున్న దాని యొక్క చిత్రాన్ని సృష్టిస్తాయి.

మెదడు ఈ చిత్రాన్ని అర్థం చేసుకోవడానికి మరియు దానిని మన జ్ఞానం మరియు అనుభవంతో అనుసంధానించడానికి ఉపయోగిస్తుంది. ఇది మనం చూస్తున్న దాని యొక్క వివరాలను గుర్తించడానికి, దానిని వర్గీకరించడానికి మరియు దాని యొక్క అర్థాన్ని అర్థం చేసుకోవడానికి సహాయపడుతుంది.

న్యూరోమోటర్ వ్యవస్థ మన కళ్ళను నియంత్రిస్తుంది. ఇది మన కళ్ళు మన చూస్తున్న దానిపై దృష్టి పెట్టడానికి మరియు దానిని అనుసరించడానికి సహాయపడుతుంది.

దృష్టిని మెరుగుపరచడానికి మార్గాలు

దృష్టిని మెరుగుపరచడానికి అనేక మార్గాలు ఉన్నాయి. కొన్ని సాధారణ మార్గాలు:

సరైన ఆహారం తినండి: మీ ఆహారంలో ఫోలిక్ యాసిడ్, విటమిన్ A, విటమిన్ C మరియు విటమిన్ E పుష్కలంగా ఉన్న ఆహారాలు చేర్చండి. ఈ పోషకాలు మీ కళ్ల ఆరోగ్యానికి మరియు దృష్టిని మెరుగుపరచడానికి అవసరం.

రోజువారీ క్రమం తప్పకుండా వ్యాయామం చేయండి: వ్యాయామం మీ శరీరం మరియు మెదడుకు రక్త ప్రసరణను మెరుగుపరుస్తుంది, ఇది మీ దృష్టిని మెరుగుపరచడంలో సహాయపడుతుంది.

తగినంత నిద్ర పొందండి: నిద్ర మీ కళ్లకు విశ్రాంతిని ఇస్తుంది మరియు వాటిని నయం చేయడానికి సహాయపడుతుంది.

అలసటను నివారించండి: అలసట మీ దృష్టిని మందగించవచ్చు.

మీ కళ్లకు విశ్రాంతి ఇవ్వండి: మీరు ఒకదానిపై దృష్టి పెట్టడానికి చాలా సమయం గడిపిన తర్వాత, మీ కళ్లకు కొంత విశ్రాంతి ఇవ్వండి. మీ కళ్లను మూసివేయండి లేదా మీ చుట్టూ ఉన్న వాటిని ఒక నిమిషం పాటు చూడండి.

మీ కళ్లను పరీక్షించండి: మీరు 40 ఏళ్ల వయస్సులోకి చేరినప్పుడు, మీ కళ్లను ప్రతి సంవత్సరం పరీక్షించడం ప్రారంభించండి.

వివిధ రకాల జ్ఞాపకశక్తి మరియు వాటి పనితీరు

జ్ఞాపకశక్తి అనేది మనం గ్రహించిన సమాచారాన్ని గుర్తుంచుకోవడం మరియు ఉపయోగించడం యొక్క సామర్థ్యం. ఇది ఒక సంక్లిష్టమైన ప్రక్రియ, ఇది మెదడులోని వివిధ ప్రాంతాలను కలిగి ఉంటుంది.

జ్ఞాపకశక్తిని వివిధ రకాలుగా విభజించవచ్చు. కొన్ని ప్రధాన రకాలు:

- సెన్సోరి మెమరీ: ఇది మనం భౌతిక ప్రపంచం నుండి సేకరించిన ప్రాథమిక సమాచారాన్ని నిల్వ చేస్తుంది. ఈ సమాచారం క్షణికంగా ఉంటుంది మరియు త్వరగా మరచిపోతుంది.

- శాశ్వత మెమరీ: ఇది మనం కాలక్రమేణా నిల్వ చేసిన సమాచారాన్ని సూచిస్తుంది. ఈ సమాచారం దీర్ఘకాలికంగా ఉంటుంది మరియు మనం అవసరమైనప్పుడు పునరుద్ధరించవచ్చు.

- క్షణిక మెమరీ: ఇది సెన్సోరి మెమరీ నుండి సమాచారాన్ని శాశ్వత మెమరీలోకి బదిలీ చేస్తుంది. ఈ ప్రక్రియ చాలా వేగంగా ఉంటుంది మరియు సాధారణంగా కొన్ని సెకన్ల పాటు ఉంటుంది.

- ప్రాసెసింగ్ మెమరీ: ఇది మనం ప్రస్తుతం ఏదైనా పని చేస్తున్నప్పుడు ఉపయోగించే సమాచారాన్ని నిల్వ చేస్తుంది. ఈ సమాచారం సాధారణంగా ఒక నిమిషం నుండి కొన్ని నిమిషాల వరకు ఉంటుంది.

దీర్ఘకాలిక మెమరీ: ఇది మనం శాశ్వతంగా నిల్వ చేసిన సమాచారాన్ని సూచిస్తుంది. ఈ సమాచారం మన జీవితకాలం పాటు ఉండవచ్చు.

ఈ వివిధ రకాల జ్ఞాపకశక్తులు వివిధ విధాలుగా పనిచేస్తాయి. సెన్సోరి మెమరీ చాలా వేగంగా ఉంటుంది, కానీ చాలా తక్కువ సమయం పాటు ఉంటుంది. శాశ్వత మెమరీ చాలా నెమ్మదిగా ఉంటుంది, కానీ చాలా సమయం పాటు ఉంటుంది.

జ్ఞాపకశక్తిని మెరుగుపరచడానికి అనేక మార్గాలు ఉన్నాయి. కొన్ని సాధారణ మార్గాలు:

సమర్థవంతమైన అధ్యయన నైపుణ్యాలను అభివృద్ధి చేయండి: ఇది మీరు మరింత సమర్థవంతంగా సమాచారాన్ని గుర్తుంచుకోవడానికి మరియు అర్థం చేసుకోవడానికి సహాయపడుతుంది.

మీ జ్ఞాపకశక్తిని పరీక్షించండి: ఇది మీరు మీ జ్ఞాపకశక్తి యొక్క బలాలు మరియు బలహీనతలను అర్థం చేసుకోవడంలో సహాయపడుతుంది.

మీ జ్ఞాపకశక్తిని ఉపయోగించండి: మీరు మీ జ్ఞాపకశక్తిని ఎక్కువగా ఉపయోగిస్తే, అది బలంగా మారుతుంది.

జ్ఞాపకశక్తిని పటిష్టంగా నిలుపుకోవడానికి వ్యూహాలు

జ్ఞాపకశక్తి అనేది మనం గ్రహించిన సమాచారాన్ని గుర్తుంచుకోవడం మరియు ఉపయోగించడం యొక్క సామర్థ్యం. ఇది మన జీవితంలో ఒక ముఖ్యమైన సామర్థ్యం, ఎందుకంటే ఇది మనం నేర్చుకోవడానికి, సమస్యలను పరిష్కరించడానికి మరియు మన చుట్టూ ఉన్న ప్రపంచాన్ని అర్థం చేసుకోవడానికి అనుమతిస్తుంది.

జ్ఞాపకశక్తి వయస్సుతో పాటు సాధారణంగా క్షీణిస్తుంది. అయితే, కొన్ని వ్యూహాలను అనుసరించడం ద్వారా మీరు మీ జ్ఞాపకశక్తిని పటిష్టంగా నిలుపుకోవడంలో సహాయపడవచ్చు.

జ్ఞాపకశక్తిని పటిష్టంగా నిలుపుకోవడానికి కొన్ని వ్యూహాలు:

- సమర్థవంతమైన అధ్యయన నైపుణ్యాలను అభివృద్ధి చేయండి: సమర్థవంతమైన అధ్యయన నైపుణ్యాలను అభివృద్ధి చేయడం ద్వారా మీరు మరింత సమర్థవంతంగా సమాచారాన్ని గుర్తుంచుకోవడానికి మరియు అర్థం చేసుకోవడానికి సహాయపడవచ్చు. కొన్ని సాధారణ సలహాలు:
  ◦ మీరు అధ్యయనం చేయడానికి ముందు మీ లక్ష్యాలను స్పష్టంగా నిర్వచించుకోండి.
  ◦ మీరు అధ్యయనం చేస్తున్న సమాచారాన్ని సమగ్రంగా అర్థం చేసుకోవడానికి ప్రయత్నించండి.
  ◦ మీరు గుర్తుంచుకోవాలనుకుంటున్న సమాచారాన్ని వివిధ మార్గాల్లో సమర్థవంతంగా గుర్తుంచుకోవడానికి మీరు ఉపయోగించగల కొన్ని వ్యూహాలు:
- ముఖ్యాంశాలను సారాంశించండి.

స్వీయ-ప్రశ్నలు అడగండి.

సమాచారాన్ని చిత్రాలు లేదా చిత్రాలలో మార్చండి.

సమాచారాన్ని ఇతరులతో చర్చించండి.

మీ జ్ఞాపకశక్తిని పరీక్షించండి: మీ జ్ఞాపకశక్తిని పరీక్షించడం ద్వారా మీరు మీ జ్ఞాపకశక్తి యొక్క బలాలు మరియు బలహీనతలను అర్థం చేసుకోవడంలో సహాయపడవచ్చు. మీరు ఆన్‌లైన్‌లో లేదా మీ స్థానిక గ్రంథాలయంలో కనుగొనగల అనేక జ్ఞాపకశక్తి పరీక్షలు అందుబాటులో ఉన్నాయి.

మీ జ్ఞాపకశక్తిని ఉపయోగించండి: మీరు మీ జ్ఞాపకశక్తిని ఎక్కువగా ఉపయోగిస్తే, అది బలంగా మారుతుంది. కొన్ని మార్గాలు:

కొత్త విషయాలు నేర్చుకోండి.

కొత్త ప్రదేశాలను సందర్శించండి.

కొత్త వ్యక్తులను కలవండి.

టెక్నాలజీ దృష్టి మరియు జ్ఞాపకశక్తిపై ప్రభావం

టెక్నాలజీ మన జీవితంలో అంతర్భాగంగా మారింది. మనం ప్రతి రోజు టెక్నాలజీని ఉపయోగిస్తాము, ఇది మన దృష్టి మరియు జ్ఞాపకశక్తిపై ప్రభావం చూపుతుంది.

దృష్టిపై ప్రభావం

టెక్నాలజీ దృష్టి పై అనేక విధాలుగా ప్రభావం చూపుతుంది. టెక్నాలజీని ఉపయోగించేటప్పుడు, మనం తరచుగా చిన్న స్క్రీన్లపై దృష్టి పెడతాము. ఇది మన కళ్ళకు ఒత్తిడి కలిగిస్తుంది మరియు దృష్టిని దెబ్బతీస్తుంది. టెక్నాలజీని ఉపయోగించేటప్పుడు, మనం తరచుగా ఒకే స్థానంలో దృష్టి పెడతాము. ఇది దృష్టి లోపాలకు దారితీస్తుంది.

జ్ఞాపకశక్తిపై ప్రభావం

టెక్నాలజీ జ్ఞాపకశక్తిపై కూడా ప్రభావం చూపుతుంది. టెక్నాలజీని ఉపయోగించేటప్పుడు, మనం సమాచారాన్ని గుర్తుంచుకోవడానికి మరింత తక్కువ ప్రయత్నం చేస్తాము. మనం ఏదైనా గుర్తుంచుకోవాలనుకుంటున్నప్పుడు, మనం దానిని ఒక చోట నమోదు చేస్తాము లేదా దానిని ఆన్‌లైన్లో చూస్తాము. ఇది మన జ్ఞాపకశక్తిని బలహీనపరుస్తుంది.

టెక్నాలజీ యొక్క ప్రభావాన్ని తగ్గించడానికి మార్గాలు

టెక్నాలజీ యొక్క ప్రభావాన్ని తగ్గించడానికి మీరు కొన్ని విషయాలు చేయవచ్చు.

- టెక్నాలజీని ఉపయోగించే సమయాన్ని పరిమితం చేయండి.

టెక్నాలజీని ఉపయోగించేటప్పుడు, మీ కళ్ళకు విరామాలు ఇవ్వండి.

టెక్నాలజీని ఉపయోగించేటప్పుడు, మీరు దృష్టి పెట్టే దానిపై దృష్టి పెట్టండి.

సమాచారాన్ని గుర్తుంచుకోవడానికి మీ జ్ఞాపకశక్తిని ఉపయోగించండి.

ముగింపు

టెక్నాలజీ ఒక శక్తివంతమైన సాధనం. అయితే, దానిని మితంగా ఉపయోగించడం ముఖ్యం. టెక్నాలజీని మించిపోయినప్పుడు, అది మన దృష్టి మరియు జ్ఞాపకశక్తిపై ప్రతికూల ప్రభావాన్ని చూపుతుంది.

Chapter 3: Language and Learning

అధ్యాయం3. భాష మరియు నేర్చుకోవడం

జ్ఞానసంపాదనలో భాష పాత్ర

భాష అనేది మానవుల మధ్య సమాచారాన్ని కమ్యూనికేట్ చేయడానికి మరియు అర్థం చేసుకోవడానికి ఉపయోగించే ఒక సిస్టమ్. ఇది మన జ్ఞానాన్ని సంపాదించడంలో మరియు అభివృద్ధి చేయడంలో కీలక పాత్ర పోషిస్తుంది.

భాష జ్ఞానాన్ని సంపాదించడంలో సహాయపడుతుంది ఎలా?

- భాష మనకు కొత్త సమాచారాన్ని అందించడంలో సహాయపడుతుంది. మనం చదువుతున్నప్పుడు, మనం వింటున్నప్పుడు లేదా ఇతరులతో మాట్లాడుతున్నప్పుడు, మనం కొత్త విషయాలను నేర్చుకుంటాము. ఈ సమాచారం పుస్తకాలు, వ్యాసాలు, వీడియోలు, పాఠాలు మరియు ఇతర మూలాల నుండి వస్తుంది.
- భాష మనకు కొత్త ఆలోచనలు మరియు భావాలను అభివృద్ధి చేయడంలో సహాయపడుతుంది. భాషను ఉపయోగించి, మనం మన చుట్టూ ఉన్న ప్రపంచాన్ని శోధించవచ్చు మరియు అర్థం చేసుకోవచ్చు. మనం కొత్త కోణాల నుండి విషయాలను చూడవచ్చు మరియు కొత్త ఆలోచనలను రూపొందించవచ్చు.
- భాష మనకు కొత్త నైపుణ్యాలను నేర్చుకోవడంలో సహాయపడుతుంది. భాషను ఉపయోగించి, మనం కొత్త

పనులను ఎలా చేయాలో నేర్చుకోవచ్చు. ఉదాహరణకు, మనం ఒక కొత్త భాష నేర్చుకునేటప్పుడు, మనం కొత్త వ్యక్తులను కలవడం, కొత్త ప్రదేశాలను సందర్శించడం మరియు కొత్త సంస్కృతులను అనుభవించడం వంటి కొత్త అవకాశాలను తెరవవచ్చు.

జ్ఞానసంపాదనలో భాష యొక్క ప్రాముఖ్యత

భాష అనేది మన జ్ఞానాన్ని సంపాదించడానికి మరియు అభివృద్ధి చేయడానికి ఒక ముఖ్యమైన సాధనం. ఇది మనకు కొత్త సమాచారాన్ని అందించడంలో, కొత్త ఆలోచనలు మరియు భావాలను అభివృద్ధి చేయడంలో మరియు కొత్త నైపుణ్యాలను నేర్చుకోవడంలో సహాయపడుతుంది.

భాషను సమర్థవంతంగా ఉపయోగించడం ద్వారా, మనం మన జ్ఞానాన్ని పెంచుకోవచ్చు మరియు మన చుట్టూ ఉన్న ప్రపంచాన్ని మరింత బాగా అర్థం చేసుకోవచ్చు.

భాషా నైపుణ్యం మరియు అక్షరాస్యత అభివృద్ధి

భాషా నైపుణ్యం మరియు అక్షరాస్యత అనేవి మానవ జీవితంలో ముఖ్యమైన అంశాలు. ఈ నైపుణ్యాలు మనం మన చుట్టూ ఉన్న ప్రపంచాన్ని అర్థం చేసుకోవడానికి, ఇతరులతో కమ్యూనికేట్ చేయడానికి మరియు మన జీవితంలో విజయం సాధించడానికి అవసరం.

భాషా నైపుణ్యం అనేది భాషను అర్థం చేసుకోవడానికి మరియు ఉపయోగించడానికి అవసరమైన నైపుణ్యాల సమితి. భాషా నైపుణ్యంలో ఇవి ఉన్నాయి:

- శ్రవణ అవగాహన: మాట్లాడే వ్యక్తుల మాటలను అర్థం చేసుకోవడం.
- మాట్లాడే నైపుణ్యం: స్పష్టంగా మరియు సమర్థవంతంగా మాట్లాడటం.
- చదవడం: రాసిన భాషను అర్థం చేసుకోవడం.
- వ్రాయడం: స్పష్టంగా మరియు సమర్థవంతంగా వ్రాయడం.

అక్షరాస్యత అనేది రాసే మరియు చదవే సామర్థ్యం. అక్షరాస్యత అనేది భాషా నైపుణ్యంలో ఒక ముఖ్యమైన భాగం.

భాషా నైపుణ్యం మరియు అక్షరాస్యత అభివృద్ధి

భాషా నైపుణ్యం మరియు అక్షరాస్యతను అభివృద్ధి చేయడానికి అనేక మార్గాలు ఉన్నాయి. ఈ నైపుణ్యాలను అభివృద్ధి చేయడానికి మీరు చేయగలిగే కొన్ని విషయాలు ఇక్కడ ఉన్నాయి:

పుస్తకాలు, వ్యాసాలు మరియు ఇతర సాహిత్యాన్ని చదవండి.

ఇతరులతో కమ్యూనికేట్ చేయండి.

మీ భాషా నైపుణ్యాలను మెరుగుపరచడానికి ఒక భాషా కోర్సు తీసుకోండి.

భాషా నైపుణ్యం మరియు అక్షరాస్యత యొక్క ప్రాముఖ్యత

భాషా నైపుణ్యం మరియు అక్షరాస్యత అనేవి విద్య, ఉద్యోగం మరియు సమాజంలో పాల్గొనడానికి అవసరం. ఈ నైపుణ్యాలు మనకు కింది వాటిని అనుమతిస్తాయి:

నేర్చుకోవడం: కొత్త సమాచారాన్ని అర్థం చేసుకోవడం మరియు నేర్చుకోవడం.

ఉద్యోగం పొందడం: చాలా ఉద్యోగాలు భాషా నైపుణ్యాలను అవసరం.

సమాజంలో పాల్గొనడం: ఓటింగ్ చేయడం, ప్రభుత్వానికి వినతి చేయడం మరియు మీ చుట్టూ ఉన్న ప్రపంచాన్ని మెరుగుపరచడానికి సహాయం చేయడం వంటివి.

భాష మరియు అక్షరాస్యత నైపుణ్యాలను బోధించే వ్యూహాలు

భాష మరియు అక్షరాస్యత నైపుణ్యాలను బోధించడానికి అనేక వ్యూహాలు ఉన్నాయి. ఈ వ్యూహాలు విద్యార్థుల అవసరాలు మరియు స్థాయిలకు అనుగుణంగా ఉండాలి.

సమగ్రమైన విధానం

భాష మరియు అక్షరాస్యత నైపుణ్యాలను బోధించడానికి సమగ్రమైన విధానం అవసరం. ఈ విధానం శ్రవణ, మాట్లాడే, చదవే మరియు వ్రాయే నైపుణ్యాలను అన్నింటినీ కలిగి ఉండాలి.

ప్రయోజనకరమైన అభ్యాసం

భాష మరియు అక్షరాస్యత నైపుణ్యాలను బోధించడం ప్రయోజనకరమైన అభ్యాసం అయ్యేలా చేయాలి. విద్యార్థులు నేర్చుకుంటున్న విషయాన్ని ఆసక్తిగా మరియు ముఖ్యమైనదిగా భావించాలి.

వ్యక్తిగతీకరణ

భాష మరియు అక్షరాస్యత నైపుణ్యాలను బోధించడం వ్యక్తిగతీకరించబడాలి. విద్యార్థుల అవసరాలు మరియు స్థాయిలను పరిగణనలోకి తీసుకోవాలి.

ప్రతిస్పందనీయత

భాష మరియు అక్షరాస్యత నైపుణ్యాలను బోధించడం ప్రతిస్పందనీయంగా ఉండాలి. విద్యార్థులు ఎదుర్కొంటున్న సవాళ్లను పరిగణనలోకి తీసుకోవాలి మరియు వారి అభివృద్ధిని మార్గదర్శకత్వం చేయాలి.

కొన్ని నిర్దిష్ట వ్యూహాలు

భాష మరియు అక్షరాస్యత నైపుణ్యాలను బోధించడానికి కొన్ని నిర్దిష్ట వ్యూహాలు ఇక్కడ ఉన్నాయి:

పనులు మరియు కార్యకలాపాలు: విద్యార్థులను చురుకుగా మరియు భాగస్వాములుగా ఉంచడానికి పనులు మరియు కార్యకలాపాలను ఉపయోగించవచ్చు.

సమస్య పరిష్కారం: సమస్య పరిష్కారం విద్యార్థులకు నైపుణ్యాలను అభివృద్ధి చేయడంలో సహాయపడుతుంది.

సహకారం: సహకారం విద్యార్థులకు ఇతరులతో కలిసి పని చేయడం నేర్పడంలో సహాయపడుతుంది.

పాఠ్యాంశాలపై ఆధారపడిన బోధన: పాఠ్యాంశాలపై ఆధారపడిన బోధన విద్యార్థులను వారి చుట్టూ ఉన్న ప్రపంచాన్ని అర్థం చేసుకోవడంలో సహాయపడుతుంది.

భాష మరియు అక్షరాస్యత నైపుణ్యాలను బోధించడానికి ఉత్తమమైన వ్యూహం ఏమిటో నిర్ణయించడం కష్టం. విద్యార్థుల అవసరాలు మరియు స్థాయిలను బట్టి వ్యూహాలను అనుకూలీకరించడం ముఖ్యం.

బహుభాషా నేర్పు నేర్చుకోవడంపై ప్రభావం

బహుభాషా నేర్పు అనేది ఒకటి కంటే ఎక్కువ భాషలను నేర్చుకోవడం. ఇది మన మెదడును వివిధ మార్గాల్లో ప్రభావితం చేస్తుంది మరియు నేర్చుకోవడం, సృజనాత్మకత మరియు సమస్య పరిష్కారం వంటి వివిధ రంగాలలో ప్రయోజనాలను అందిస్తుంది.

నేర్చుకోవడంపై బహుభాషా నేర్పు యొక్క ప్రభావం

బహుభాషా నేర్పు నేర్చుకోవడంపై అనేక ప్రయోజనాలను అందిస్తుంది. ఇది కింది వాటిని చేయడంలో మనకు సహాయపడుతుంది:

- కొత్త సమాచారాన్ని వేగంగా మరియు సమర్థవంతంగా అర్థం చేసుకోండి.
- కొత్త నైపుణ్యాలను నేర్చుకోండి.
- సమస్యలను మరింత సమర్థవంతంగా పరిష్కరించండి.
- మరింత సృజనాత్మకంగా ఆలోచించండి.

బహుభాషా నేర్పు నేర్చుకోవడంపై ప్రయోజనాలను అందించే కొన్ని నిర్దిష్ట మార్గాలు ఇక్కడ ఉన్నాయి:

- కొత్త సమాచారాన్ని అర్థం చేసుకోవడం: ఒక భాషను నేర్చుకోవడం మనకు మరొక భాషలోని సమాచారాన్ని అర్థం చేసుకోవడంలో సహాయపడుతుంది. ఇది మనకు కొత్త సంస్కృతుల గురించి మరింత తెలుసుకోవడానికి మరియు విస్తృతమైన దృక్కోణాన్ని అభివృద్ధి చేయడానికి సహాయపడుతుంది.

కొత్త నైపుణ్యాలను నేర్చుకోవడం: బహుభాషా నేర్పు మనకు కొత్త నైపుణ్యాలను నేర్చుకోవడంలో సహాయపడుతుంది. ఇది మన మెదడును మరింత మరియు మరింత సమర్ధవంతంగా నేర్చుకోవడానికి సిద్ధం చేస్తుంది.

సమస్యలను పరిష్కరించడం: బహుభాషా నేర్పు మనకు సమస్యలను మరింత సమర్ధవంతంగా పరిష్కరించడంలో సహాయపడుతుంది. ఇది మనకు వివిధ కోణాల నుండి సమస్యలను చూడటానికి మరియు సృజనాత్మక పరిష్కారాలను కనుగొనడానికి అనుమతిస్తుంది.

సృజనాత్మకంగా ఆలోచించడం: బహుభాషా నేర్పు మనకు సృజనాత్మకంగా ఆలోచించడంలో సహాయపడుతుంది. ఇది మనకు కొత్త ఆలోచనలు మరియు ఆవిష్కరణలను రూపొందించడానికి అనుమతిస్తుంది.

**సాధారణంగా, బహుభాషా నేర్పు నేర్చుకోవడం అనేది ఒక ప్రయోజనకరమైన అనుభవం.

Chapter 4: Thinking and Problem-Solving

అధ్యాయం 4. ఆలోచన మరియు సమస్య పరిష్కారం

వివిధ రకాల ఆలోచనలు

ఆలోచన అనేది మన మెదడులో కలిగే ఒక స్వయంప్రేరిత ప్రక్రియ. ఇది సమాచారాన్ని ప్రాసెస్ చేయడం, సమస్యలను పరిష్కరించడం మరియు కొత్త ఆవిష్కరణలను చేయడానికి మనకు అనుమతిస్తుంది.

ఆలోచనను వివిధ రకాలుగా వర్గీకరించవచ్చు. ఒక సాధారణ వర్గీకరణ విమర్శనాత్మక ఆలోచన మరియు సృజనాత్మక ఆలోచన.

విమర్శనాత్మక ఆలోచన

విమర్శనాత్మక ఆలోచన అనేది సమాచారాన్ని విశ్లేషించడం మరియు ప్రశ్నించడం. ఇది మనకు సమాచారాన్ని మరింత లోతుగా అర్థం చేసుకోవడంలో మరియు మంచి నిర్ణయాలు తీసుకోవడంలో సహాయపడుతుంది.

విమర్శనాత్మక ఆలోచన యొక్క కొన్ని లక్షణాలు:

- సమాచారాన్ని సేకరించడం మరియు విశ్లేషించడం.
- అంచనాలు చేయడం మరియు వాటిని పరీక్షించడం.

సమాచారాన్ని మరింత లోతుగా అర్థం చేసుకోవడానికి ప్రశ్నలు అడగడం.

నిర్ణయాలు తీసుకునేటప్పుడు అన్ని అంశాలను పరిగణనలోకి తీసుకోవడం.

సృజనాత్మక ఆలోచన

సృజనాత్మక ఆలోచన అనేది కొత్త ఆలోచనలు మరియు ఆవిష్కరణలను రూపొందించడం. ఇది మనకు కొత్త పరిష్కారాలను కనుగొనడంలో మరియు కొత్త ప్రపంచాలను సృష్టించడంలో సహాయపడుతుంది.

సృజనాత్మక ఆలోచన యొక్క కొన్ని లక్షణాలు:

వివిధ కోణాల నుండి సమస్యలను చూడటం.

అసంబద్ధమైన ఆలోచనలను కలపడం.

కొత్త ఆలోచనలను ప్రయత్నించడానికి భయపడకపోవడం.

విమర్శనాత్మక ఆలోచన మరియు సృజనాత్మక ఆలోచన మధ్య తేడాలు

విమర్శనాత్మక ఆలోచన మరియు సృజనాత్మక ఆలోచన రెండూ ముఖ్యమైన ఆలోచన ప్రక్రియలు. అయితే, అవి కొన్ని ముఖ్యమైన విభేదాలను కలిగి ఉన్నాయి.

విమర్శనాత్మక ఆలోచన అనేది సమాచారాన్ని విశ్లేషించడం మరియు ప్రశ్నించడంపై దృష్టి పెడుతుంది. సృజనాత్మక ఆలోచన అనేది కొత్త ఆలోచనలు మరియు ఆవిష్కరణలను రూపొందించడంపై దృష్టి పెడుతుంది.

విమర్శనాత్మక ఆలోచన సాధారణంగా మరింత నిర్మాణాత్మక మరియు సంక్లిష్టంగా ఉంటుంది. సృజనాత్మక ఆలోచన సాధారణంగా మరింత అస్థిరమైనది మరియు అంచనా వేయడం కష్టం.

ప్రభావవంతమైన సమస్య పరిష్కార నైపుణ్యాలను ఎలా అభివృద్ధి చేయాలి

సమస్య పరిష్కారం అనేది మన చుట్టూ ఉన్న ప్రపంచంలోని సమస్యలను పరిష్కరించడానికి మనకు అవసరమైన నైపుణ్యాల సమితి. ఇది ఒక ముఖ్యమైన నైపుణ్యం, ఇది మనకు విద్య, ఉద్యోగం మరియు సమాజంలో పాల్గొనడంలో సహాయపడుతుంది.

ప్రభావవంతమైన సమస్య పరిష్కార నైపుణ్యాలను అభివృద్ధి చేయడానికి అనేక మార్గాలు ఉన్నాయి. ఈ క్రిందివి కొన్ని ముఖ్యమైన చిట్కాలు:

సమస్యను అర్థం చేసుకోండి. మొదట, మీరు పరిష్కరించాలనుకుంటున్న సమస్యను మీరు బాగా అర్థం చేసుకోవాలి. దీనికి సమస్య యొక్క మూలం, దాని ప్రభావాలు మరియు దానిని పరిష్కరించడానికి అవసరమైన విషయాలు వంటి అంశాలను పరిగణనలోకి తీసుకోవాలి.

సమాచారాన్ని సేకరించండి. సమస్యను అర్థం చేసుకోవడానికి, మీరు సంబంధిత సమాచారాన్ని సేకరించాలి. దీనికి పరిశోధన చేయడం, ఇతరులతో మాట్లాడటం మరియు సమాచార వనరులను అన్వేషించడం వంటివి ఉంటాయి.

సమస్యను విశ్లేషించండి. మీరు సమస్య గురించి సమాచారాన్ని సేకరించిన తర్వాత, దాన్ని విశ్లేషించడం ప్రారంభించండి. దీనికి సమస్య యొక్క కారణాలు, దాని ప్రభావాలు మరియు దానిని పరిష్కరించడానికి అవకాశాలు వంటి అంశాలను పరిగణనలోకి తీసుకోవాలి.

సృజనాత్మక పరిష్కారాలను రూపొందించండి. సమస్యను విశ్లేషించిన తర్వాత, సృజనాత్మక పరిష్కారాలను

రూపొందించడం ప్రారంభించండి. దీనికి సాంప్రదాయిక మార్గాలకు అవతలిగా ఆలోచించడం మరియు కొత్త ఆలోచనలను ప్రయత్నించడం వంటివి ఉంటాయి.

- పరిష్కారాలను పరీక్షించండి మరియు మెరుగుపరచండి. మీరు కొన్ని పరిష్కారాలను రూపొందించిన తర్వాత, వాటిని పరీక్షించండి మరియు అవసరమైనట్లయితే మెరుగుపరచండి. దీనికి మీ పరిష్కారాలను ఇతరులతో పంచుకోవడం, వాటిని అమలు చేయడం మరియు వాటి ఫలితాలను విశ్లేషించడం వంటివి ఉంటాయి.

నేర్చుకోవడంలో మెటాకోగ్నిషన్ పాత్ర

మెటాకోగ్నిషన్ అనేది మనం నేర్చుకోవడానికి మరియు మన నేర్చుకోవడాన్ని నిర్వహించడానికి ఉపయోగించే నైపుణ్యాలు మరియు సామర్థ్యాల సమితి. ఇది మనం మన జ్ఞానాన్ని అర్థం చేసుకోవడానికి, మన నైపుణ్యాలను మెరుగుపరచడానికి మరియు మన లక్ష్యాలను సాధించడానికి ఉపయోగిస్తాము.

నేర్చుకోవడంలో మెటాకోగ్నిషన్ యొక్క పాత్ర చాలా ముఖ్యం. ఇది మనకు కింది వాటిని చేయడంలో సహాయపడుతుంది:

మన నేర్చుకోవడపు లక్ష్యాలను అర్థం చేసుకోండి మరియు నిర్వచించండి.

మన నేర్చుకోవడపు ప్రక్రియను నిర్వహించండి.

మన నేర్చుకోవడపు పురోగతిని అంచనా వేయండి.

మన నేర్చుకోవడపు అవసరాలను గుర్తించండి మరియు వాటిని తీర్చడానికి చర్యలు తీసుకోండి.

మెటాకోగ్నిషన్ యొక్క కొన్ని నిర్దిష్ట అంశాలు ఇక్కడ ఉన్నాయి:

జ్ఞానం: మనం ఏమి తెలుసు మరియు ఏమి తెలియదు అనే దానిపై అవగాహన.

అవగాహన: మనం ఏమి చదువుతున్నాం లేదా నేర్చుకుంటున్నాం అనే దాని యొక్క అర్థం మరియు ప్రాముఖ్యతపై అవగాహన.

పద్ధతులు: మనం నేర్చుకోవడానికి ఉపయోగించే పద్ధతులు మరియు వ్యూహాలపై అవగాహన.

- నియంత్రణ: మనం నేర్చుకునే ప్రక్రియను నిర్వహించడానికి మనం ఉపయోగించే నైపుణ్యాలు మరియు సామర్థ్యాలు.

మెటాకోగ్నిషన్ నైపుణ్యాలను అభివృద్ధి చేయడానికి అనేక మార్గాలు ఉన్నాయి. ఈ క్రిందివి కొన్ని ముఖ్యమైన చిట్కాలు:

- మీ నేర్చుకోవడపు లక్ష్యాలను స్పష్టంగా నిర్వచించండి.
- మీ నేర్చుకోవడపు ప్రక్రియను మోనిటర్ చేయండి మరియు అవసరమైనట్లయితే సర్దుబాటు చేయండి.
- మీ నేర్చుకోవడపు పురోగతిని అంచనా వేయండి మరియు మీరు ఎక్కడ ఉన్నారో తెలుసుకోండి.
- మీ నేర్చుకోవడపు అవసరాలను గుర్తించండి మరియు వాటిని తీర్చడానికి చర్యలు తీసుకోండి.

ఆలోచన మరియు సమస్య పరిష్కార నైపుణ్యాలను బోధించే వ్యూహాలు

ఆలోచన మరియు సమస్య పరిష్కారం అనేవి ముఖ్యమైన జీవిత నైపుణ్యాలు. అవి మనకు కొత్త సమాచారాన్ని అర్థం చేసుకోవడంలో, సమస్యలను పరిష్కరించడంలో మరియు సృజనాత్మకంగా ఆలోచించడంలో సహాయపడతాయి.

ఆలోచన మరియు సమస్య పరిష్కార నైపుణ్యాలను బోధించడానికి అనేక వ్యూహాలు ఉన్నాయి. ఈ క్రిందివి కొన్ని ముఖ్యమైన చిట్కాలు:

వ్యక్తిగతీకరించండి: విద్యార్థుల అవసరాలు మరియు స్థాయిలను పరిగణనలోకి తీసుకోండి.

సవాళ్లు ఇవ్వండి: విద్యార్థులను ఆలోచించడానికి మరియు సృజనాత్మకంగా ఉండటానికి ప్రోత్సహించండి.

ప్రయోగాలు చేయండి: విద్యార్థులకు వివిధ బోధనా వ్యూహాలను అనుభవించడానికి అనుమతించండి.

ఆలోచన మరియు సమస్య పరిష్కార నైపుణ్యాలను బోధించడానికి ఉపయోగించే కొన్ని నిర్దిష్ట వ్యూహాలు ఇక్కడ ఉన్నాయి:

పజిల్‌లు, గేమ్‌లు మరియు ఇతర కార్యకలాపాలను ఉపయోగించండి: ఈ కార్యకలాపాలు విద్యార్థులను సమస్యలను పరిష్కరించడానికి మరియు కొత్త ఆలోచనలను రూపొందించడానికి ప్రోత్సహిస్తాయి.

విమర్శనాత్మక ఆలోచన మరియు సృజనాత్మక ఆలోచనపై దృష్టి పెట్టండి: ఈ రెండు రకాల ఆలోచనలను అభివృద్ధి

చేయడం విద్యార్థులకు వివిధ సమస్యలను పరిష్కరించడంలో సహాయపడుతుంది.

- విద్యార్థులకు వారి ఆలోచనలను గుర్తించడానికి మరియు వ్యక్తీకరించడానికి సహాయపడండి: ఇది వారికి తమ ఆలోచనలను మెరుగుపరచడానికి మరియు వారి స్వంత నైపుణ్యాలను అర్థం చేసుకోవడానికి సహాయపడుతుంది.

ఆలోచన మరియు సమస్య పరిష్కార నైపుణ్యాలను బోధించడం ఒక సవాలుగా ఉంటుంది, కానీ ఇది ముఖ్యమైనది. ఈ నైపుణ్యాలను అభివృద్ధి చేయడం విద్యార్థులకు విజయం సాధించడంలో మరియు జీవితంలో సానుకూల ప్రభావాన్ని చూపడంలో సహాయపడుతుంది.

Chapter 5: Motivation and Engagement

అధ్యాయం5. ప్రేరణ మరియు నిమగ్నత

ప్రేరణ సిద్ధాంతాలు మరియు వాటి విద్యావ్యవస్థ అనువర్తనం

ప్రేరణ అనేది ఒక వ్యక్తి ఏదైనా చేయడానికి లేదా సాధించడానికి కారణమయ్యే శక్తి. ఇది ఒక శక్తివంతమైన శక్తి, ఇది మన ప్రవర్తనను నిర్దేశిస్తుంది మరియు మన జీవితంలోని అనేక అంశాలను ప్రభావితం చేస్తుంది.

విద్యలో, ప్రేరణ చాలా ముఖ్యమైనది. విద్యార్థులు ప్రేరేపితులైతే, వారు మంచి ప్రదర్శన ఇస్తారు మరియు విజయం సాధించే అవకాశం ఉంది.

విద్యావ్యవస్థలో ప్రేరణను అర్థం చేసుకోవడానికి మరియు ఉపయోగించడానికి అనేక సిద్ధాంతాలు ఉన్నాయి. ఈ సిద్ధాంతాలు విద్యార్థుల ప్రవర్తనను నిర్దేశించే వివిధ అంశాలను వివరిస్తాయి.

ప్రేరణ సిద్ధాంతాలలో కొన్ని:

సాధన సిద్ధాంతం: ఈ సిద్ధాంతం ప్రకారం, ప్రజలు సవాలుగా ఉన్నా, కానీ సాధ్యమైన లక్ష్యాలను చేరుకోవడానికి ప్రేరేపించబడతారు.

అంతర్గత మరియు బాహ్య ప్రేరణ: ఈ సిద్ధాంతం ప్రకారం, ప్రేరణను అంతర్గతంగా (ఉదా., ఆసక్తి, సాధన) లేదా బాహ్యంగా (ఉదా., బహుమతి, శిక్ష) నుండి వస్తుంది.

- ఆధిపత్య సిద్ధాంతం: ఈ సిద్ధాంతం ప్రకారం, ప్రజలు మరింత శక్తి మరియు నియంత్రణను పొందడానికి ప్రేరేపించబడతారు.
- సామాజిక సిద్ధాంతం: ఈ సిద్ధాంతం ప్రకారం, ప్రజలు ఇతరుల నుండి ప్రశంస మరియు అంగీకారాన్ని పొందడానికి ప్రేరేపించబడతారు.

విద్యావ్యవస్థలో ప్రేరణ సిద్ధాంతాలను అనువర్తించడానికి అనేక మార్గాలు ఉన్నాయి. కొన్ని ఉదాహరణలు ఇక్కడ ఉన్నాయి:

- సవాలుగా ఉన్నా, కానీ సాధ్యమైన లక్ష్యాలను విద్యార్థులకు అందించండి.
- విద్యార్థులకు వారి స్వంత లక్ష్యాలను నిర్దేశించడానికి మరియు వాటిని సాధించడానికి సహాయపడండి.
- విద్యార్థులకు విలువైన మరియు సానుకూల ఫీడ్‌బ్యాక్ అందించండి.
- విద్యార్థులకు సహకార మరియు సమూహ పని అవకాశాలను అందించండి.

విద్యావ్యవస్థలో ప్రేరణను మెరుగుపరచడం ద్వారా, విద్యార్థుల ప్రదర్శనను మెరుగుపరచడానికి మరియు వారి విద్యా అనుభవాన్ని మెరుగుపరచడానికి మనం సహాయపడవచ్చు.

ప్రేరేపించే నేర్పు వాతావరణాన్ని ఎలా సృష్టించాలి

ప్రేరణ అనేది విద్యలో ఒక ముఖ్యమైన అంశం. ప్రేరేపిత విద్యార్థులు మంచి ప్రదర్శన ఇస్తారు మరియు విజయం సాధించే అవకాశం ఉంది.

ప్రేరేపించే నేర్పు వాతావరణాన్ని సృష్టించడానికి, విద్యార్థులకు ఆసక్తిని కలిగించే మరియు వారిని సవాలు చేయే కంటెంట్‌ను అందించడం ముఖ్యం. విద్యార్థులకు వారి స్వంత లక్ష్యాలను నిర్దేశించడానికి మరియు వాటిని సాధించడానికి సహాయపడటం కూడా ముఖ్యం.

ప్రేరేపించే నేర్పు వాతావరణాన్ని సృష్టించడానికి కొన్ని చిట్కాలు ఇక్కడ ఉన్నాయి:

ఆసక్తిని కలిగించే కంటెంట్‌ను అందించండి: విద్యార్థులకు ఆసక్తిని కలిగించే కంటెంట్‌ను అందించడం చాలా ముఖ్యం. విద్యార్థులు నేర్చుకునే విషయం వారి జీవితానికి సంబంధించినది మరియు వారి ఆసక్తులకు అనుగుణంగా ఉంటే, వారు మరింత ఆసక్తిగా ఉంటారు మరియు ప్రేరేపించబడతారు.

విద్యార్థులను సవాలు చేయండి: విద్యార్థులను సవాలు చేయడం కూడా ముఖ్యం. విద్యార్థులు తమకు సవాలుగా ఉన్నప్పటికీ సాధ్యమైన లక్ష్యాలను సాధించడానికి ప్రయత్నిస్తే, వారు విజయం సాధించడానికి మరింత ప్రేరేపించబడతారు.

విద్యార్థులకు వారి స్వంత లక్ష్యాలను నిర్దేశించడానికి సహాయపడండి: విద్యార్థులకు వారి స్వంత లక్ష్యాలను నిర్దేశించడానికి మరియు వాటిని సాధించడానికి

సహాయపడటం చాలా ముఖ్యం. విద్యార్థులు తమ లక్ష్యాలను స్పష్టంగా అర్థం చేసుకుంటే, వారు వాటిని సాధించడానికి మరింత దృఢంగా ఉంటారు.

- విద్యార్థులకు విలువైన మరియు సానుకూల ఫీడ్‌బ్యాక్ అందించండి: విద్యార్థులకు విలువైన మరియు సానుకూల ఫీడ్‌బ్యాక్ అందించడం చాలా ముఖ్యం. విద్యార్థులు తమ పురోగతిని గుర్తించి, తమ బలాలు మరియు బలహీనతలను అర్థం చేసుకోవడానికి ఫీడ్‌బ్యాక్ సహాయపడుతుంది.

- విద్యార్థులకు సహకార మరియు సమూహ పని అవకాశాలను అందించండి: విద్యార్థులకు సహకార మరియు సమూహ పని అవకాశాలను అందించడం చాలా ముఖ్యం. సహకారం మరియు సమూహ పని విద్యార్థులకు కొత్త నైపుణ్యాలను నేర్చుకోవడంలో మరియు వారి సామాజిక నైపుణ్యాలను అభివృద్ధి చేయడంలో సహాయపడుతుంది.

ఆంతరంగిక మరియు బాహ్య ప్రేరణ పాత్ర

ప్రేరణ అనేది ఒక వ్యక్తి ఏదైనా చేయడానికి లేదా సాధించడానికి కారణమయ్యే శక్తి. ఇది ఒక శక్తివంతమైన శక్తి, ఇది మన ప్రవర్తనను నిర్దేశిస్తుంది మరియు మన జీవితంలోని అనేక అంశాలను ప్రభావితం చేస్తుంది.

ప్రేరణను రెండు ప్రధాన రకాలుగా విభజించవచ్చు: ఆంతరంగిక మరియు బాహ్య.

ఆంతరంగిక ప్రేరణ

ఆంతరంగిక ప్రేరణ అనేది ఒక వ్యక్తి యొక్క స్వంత అంతర్గత శక్తి నుండి వచ్చే ప్రేరణ. ఇది ఆనందం, సాధన లేదా ఇతర స్వీయ-సంబంధిత ప్రేరణల నుండి వస్తుంది.

ఉదాహరణకు, ఒక వ్యక్తి కొత్త భాష నేర్చుకోవడానికి ఆసక్తి కలిగి ఉంటే, అది ఆంతరంగిక ప్రేరణ యొక్క ఉదాహరణ. వ్యక్తి భాష నేర్చుకోవడం ద్వారా కొత్త సంస్కృతిని తెలుసుకోవడం లేదా ఇతర దేశాలలో ప్రయాణించడం వంటి లక్ష్యాలను సాధించాలనుకుంటున్నారు.

ఆంతరంగిక ప్రేరణ అనేది చాలా శక్తివంతమైనది. ఇది విద్య, ఉద్యోగం మరియు ఇతర రంగాలలో విజయం సాధించడానికి సహాయపడుతుంది.

బాహ్య ప్రేరణ

బాహ్య ప్రేరణ అనేది ఒక వ్యక్తి యొక్క వాతావరణం నుండి వచ్చే ప్రేరణ. ఇది బహుమతి, శిక్ష లేదా ఇతర బాహ్య కారకాల నుండి వస్తుంది.

ఉదాహరణకు, ఒక విద్యార్థి పరీక్షలో మంచి మార్కులు సాధించడానికి డబ్బు లేదా బహుమతిని పొందాలనుకుంటే, అది బాహ్య ప్రేరణ యొక్క ఉదాహరణ. విద్యార్థి పరీక్షలో మంచి మార్కులు సాధించడం ద్వారా డబ్బు లేదా బహుమతిని పొందాలనుకుంటున్నారు.

బాహ్య ప్రేరణ కూడా చాలా శక్తివంతమైనది. ఇది కొన్నిసార్లు విద్యార్థులను లేదా ఉద్యోగులను నిర్దిష్ట లక్ష్యాలను సాధించడానికి ప్రేరేపించడంలో సహాయపడుతుంది.

ఆంతరంగిక మరియు బాహ్య ప్రేరణ యొక్క పాత్ర

ఆంతరంగిక మరియు బాహ్య ప్రేరణ రెండూ విద్య, ఉద్యోగం మరియు ఇతర రంగాలలో ఒక పాత్ర పోషిస్తాయి.

ఆంతరంగిక ప్రేరణ అనేది స్వీయ-నియంత్రణ మరియు స్వీయ-ప్రేరణను అభివృద్ధి చేయడంలో సహాయపడుతుంది. ఇది విద్యార్థులను వారి స్వంత లక్ష్యాలను నిర్దేశించడానికి మరియు వాటిని సాధించడానికి ప్రోత్సహిస్తుంది.

విద్యార్థుల నిమగ్నతను పెంపొందించే వ్యూహాలు

విద్యార్థుల నిమగ్నత అనేది విద్యా ప్రక్రియలో వారి పాల్గొనడం మరియు ఆసక్తిని కలిగి ఉండటం. నిమగ్నమైన విద్యార్థులు మరింత మంచి ప్రదర్శన ఇస్తారు మరియు విద్యలో విజయం సాధించే అవకాశం ఉంది.

విద్యార్థుల నిమగ్నతను పెంచడానికి అనేక వ్యూహాలు ఉన్నాయి. కొన్ని ప్రధాన వ్యూహాలు ఇక్కడ ఉన్నాయి:

ఆసక్తిని కలిగించే కంటెంట్‌ను అందించండి: విద్యార్థులకు ఆసక్తిని కలిగించే మరియు వారి జీవితానికి సంబంధించినది మరియు వారి ఆసక్తులకు అనుగుణంగా ఉన్న కంటెంట్‌ను అందించడం చాలా ముఖ్యం. విద్యార్థులు నేర్చుకునే విషయం వారి జీవితానికి సంబంధించినది మరియు వారి ఆసక్తులకు అనుగుణంగా ఉంటే, వారు మరింత ఆసక్తిగా ఉంటారు మరియు ప్రేరేపించబడతారు.

విద్యార్థులను సవాలు చేయండి: విద్యార్థులను సవాలు చేయడం కూడా ముఖ్యం. విద్యార్థులు తమకు సవాలుగా ఉన్నప్పటికీ సాధ్యమైన లక్ష్యాలను సాధించడానికి ప్రయత్నిస్తే, వారు విజయం సాధించడానికి మరింత ప్రేరేపించబడతారు.

విద్యార్థులకు వారి స్వంత లక్ష్యాలను నిర్దేశించడానికి సహాయపడండి: విద్యార్థులకు వారి స్వంత లక్ష్యాలను నిర్దేశించడానికి మరియు వాటిని సాధించడానికి సహాయపడటం చాలా ముఖ్యం. విద్యార్థులు తమ లక్ష్యాలను స్పష్టంగా అర్థం చేసుకుంటే, వారు వాటిని సాధించడానికి మరింత దృఢంగా ఉంటారు.

- విద్యార్థులకు విలువైన మరియు సానుకూల ఫీడ్‌బ్యాక్ అందించండి: విద్యార్థులకు విలువైన మరియు సానుకూల ఫీడ్‌బ్యాక్ అందించడం చాలా ముఖ్యం. విద్యార్థులు తమ పురోగతిని గుర్తించి, తమ బలాలు మరియు బలహీనతలను అర్థం చేసుకోవడానికి ఫీడ్‌బ్యాక్ సహాయపడుతుంది.

- విద్యార్థులకు సహకార మరియు సమూహ పని అవకాశాలను అందించండి: విద్యార్థులకు సహకార మరియు సమూహ పని అవకాశాలను అందించడం చాలా ముఖ్యం. సహకారం మరియు సమూహ పని విద్యార్థులకు కొత్త నైపుణ్యాలను నేర్చుకోవడంలో మరియు వారి సామాజిక నైపుణ్యాలను అభివృద్ధి చేయడంలో సహాయపడుతుంది.

విద్యార్థుల నిమగ్నతను పెంచడానికి ఈ వ్యూహాలను ఉపయోగించడం ద్వారా, మనం విద్యార్థులకు మెరుగైన విద్యా అనుభవాన్ని అందించడంలో మరియు విద్యలో విజయం సాధించడంలో సహాయపడవచ్చు.

Chapter 6: Assessment and Feedback

అధ్యాయం 6. మూల్యాంకనం మరియు ప్రతిస్పందన

వివిధ రకాల మూల్యాంకనాలు మరియు వాటి ప్రయోజనాలు

మూల్యాంకనం అనేది ఒక విద్యార్థి లేదా వ్యక్తి యొక్క అభివృద్ధిని లేదా ప్రదర్శనను అంచనా వేయడానికి ఉపయోగించే ప్రక్రియ. మూల్యాంకనం విద్యార్థులకు వారి స్వంత అభివృద్ధిని అర్థం చేసుకోవడంలో మరియు మెరుగుపరచడంలో సహాయపడుతుంది. ఇది ఉపాధ్యాయులకు విద్యార్థుల అవసరాలను అర్థం చేసుకోవడంలో మరియు వారి బోధనను మెరుగుపరచడంలో సహాయపడుతుంది.

మూల్యాంకనం అనేక రకాలుగా చేయవచ్చు. కొన్ని సాధారణ రకాల మూల్యాంకనాలు ఇక్కడ ఉన్నాయి:

పరీక్షలు: పరీక్షలు అనేవి విద్యార్థుల జ్ఞానం మరియు అవగాహనను పరీక్షించడానికి ఉపయోగించే సాధారణ మార్గం.

గ్రేడింగ్: గ్రేడింగ్ అనేది విద్యార్థుల పనిని లేదా ప్రదర్శనను రేట్ చేయడానికి ఉపయోగించే వ్యవస్థ.

ప్రాజెక్ట్లు: ప్రాజెక్ట్లు అనేవి విద్యార్థులకు వారి జ్ఞానం మరియు నైపుణ్యాలను కొత్త మరియు సృజనాత్మక మార్గాల్లో చూపించడానికి అవకాశాన్ని అందిస్తాయి.

- మౌఖిక ప్రదర్శనలు: మౌఖిక ప్రదర్శనలు అనేవి విద్యార్థులకు వారి జ్ఞానం మరియు అవగాహనను ఇతరులతో పంచుకోవడానికి అవకాశాన్ని అందిస్తాయి.
- సహకార పని: సహకార పని అనేది విద్యార్థులకు కలిసి పని చేయడం మరియు వారి సామర్థ్యాలను పంచుకోవడం నేర్చుకోవడానికి అవకాశాన్ని అందిస్తుంది.

ప్రతి రకమైన మూల్యాంకనం దాని స్వంత ప్రయోజనాలను కలిగి ఉంటుంది. పరీక్షలు విద్యార్థుల జ్ఞానం మరియు అవగాహనను సమగ్రంగా అంచనా వేయడానికి ఉపయోగించవచ్చు. గ్రేడింగ్ విద్యార్థుల పురోగతిని ట్రాక్ చేయడానికి మరియు వారి అభివృద్ధిని ప్రోత్సహించడానికి ఉపయోగించవచ్చు. ప్రాజెక్ట్‌లు విద్యార్థుల సృజనాత్మకత మరియు సమస్య పరిష్కార నైపుణ్యాలను అంచనా వేయడానికి ఉపయోగించవచ్చు. మౌఖిక ప్రదర్శనలు విద్యార్థుల ప్రసంగ నైపుణ్యాలను అంచనా వేయడానికి ఉపయోగించవచ్చు. సహకార పని విద్యార్థుల సహకార నైపుణ్యాలను అంచనా వేయడానికి ఉపయోగించవచ్చు.

నేర్చుకునే విధానాన్ని ప్రోత్సహించే ప్రభావవంతమైన ప్రతిస్పందన ఎలా ఇవ్వాలి

నేర్చుకోవడం అనేది ఒక ప్రక్రియ. ఇది ఒక రాత్రిలో జరిగేది కాదు. ఇది క్రమం తప్పకుండా ప్రయత్నం మరియు కృషి అవసరం. నేర్చుకునే విధానాన్ని ప్రోత్సహించడానికి, మనం మన ప్రతిస్పందనలను ప్రభావవంతంగా ఉంచుకోవాలి.

నేర్చుకునే విధానాన్ని ప్రోత్సహించే ప్రభావవంతమైన ప్రతిస్పందన క్రింది లక్ష్యాలను చేరుకోవాలి:

విద్యార్థిని ప్రోత్సహించండి. విద్యార్థి తన పనిని మెరుగుపరచడానికి ప్రయత్నించాలని మనం కోరుకుంటున్నాము. ప్రతిస్పందన విద్యార్థిని మరింత నేర్చుకోవడానికి మరియు మెరుగుపరచడానికి ప్రోత్సహించాలి.

విద్యార్థిని అర్థం చేసుకోండి. విద్యార్థి తన పనిలో చేసిన తప్పులు అర్థం చేసుకోవడానికి మనం కోరుకుంటున్నాము. ప్రతిస్పందన విద్యార్థికి తన తప్పుల నుండి నేర్చుకోవడంలో సహాయపడాలి.

విద్యార్థిని నిర్దేశించండి. విద్యార్థి తన పనిని మెరుగుపరచడానికి ఏమి చేయాలో తెలుసుకోవాలని మనం కోరుకుంటున్నాము. ప్రతిస్పందన విద్యార్థికి మార్గనిర్దేశం చేయాలి మరియు మెరుగుపరచడానికి అవసరమైన సలహాలు మరియు సూచనలను అందించాలి.

నేర్చుకునే విధానాన్ని ప్రోత్సహించే ప్రభావవంతమైన ప్రతిస్పందనను ఇవ్వడానికి కొన్ని చిట్కాలు ఇక్కడ ఉన్నాయి:

- సానుకూలంగా ఉండండి. విద్యార్థి ఏదైనా మంచి పని చేసినప్పుడు, దాన్ని గమనించండి మరియు ప్రశంసించండి. ఇది విద్యార్థిని ప్రోత్సహించడానికి మరియు మరింత కష్టపడటానికి ప్రేరేపించడానికి సహాయపడుతుంది.

- వివరణాత్మకంగా ఉండండి. విద్యార్థి తన పనిలో చేసిన తప్పులను గుర్తించండి, కానీ అవి ఎందుకు తప్పులు అని వివరించండి. ఇది విద్యార్థికి తన తప్పుల నుండి నేర్చుకోవడంలో సహాయపడుతుంది.

- సహాయకరంగా ఉండండి. విద్యార్థి తన పనిని మెరుగుపరచడానికి ఏమి చేయాలో తెలియకపోతే, సహాయం చేయండి. సలహాలు మరియు సూచనలను అందించండి.

నేర్చుకునే విధానాన్ని ప్రోత్సహించే ప్రభావవంతమైన ప్రతిస్పందనను ఇవ్వడం కష్టం కాదు. కొన్ని సులభమైన చిట్కాలను అనుసరించడం ద్వారా, మీరు విద్యార్థులను మరింత నేర్చుకోవడానికి మరియు మెరుగుపరచడానికి ప్రోత్సహించవచ్చు.

నేర్చుకోవడంలో స్వీయ-మూల్యాంకన పాత్ర

నేర్చుకోవడం అనేది ఒక జీవితకాల ప్రక్రియ. మనం ఎప్పటికీ నేర్చుకుంటూనే ఉంటాము, మనం ఎప్పటికీ మెరుగుపరుచుకుంటూనే ఉంటాము. నేర్చుకోవడంలో స్వీయ-మూల్యాంకన ఒక ముఖ్యమైన పాత్ర పోషిస్తుంది.

స్వీయ-మూల్యాంకన అనేది ఒక వ్యక్తి తన స్వంత అభివృద్ధిని లేదా ప్రదర్శనను అంచనా వేయే ప్రక్రియ. ఇది విద్యార్థులకు వారి స్వంత నైపుణ్యాలను మరియు జ్ఞానాన్ని అర్థం చేసుకోవడంలో మరియు మెరుగుపరచడంలో సహాయపడుతుంది.

స్వీయ-మూల్యాంకన నేర్చుకోవడంలో క్రింది విధంగా సహాయపడుతుంది:

విద్యార్థులకు వారి బలాలు మరియు బలహీనతలను అర్థం చేసుకోవడంలో సహాయపడుతుంది. స్వీయ-మూల్యాంకన ద్వారా, విద్యార్థులు వారు ఏ విషయంలో మంచిగా ఉన్నారో మరియు ఏ విషయంలో మెరుగుపరచాల్సిన అవసరం ఉందో తెలుసుకోవచ్చు.

విద్యార్థులకు వారి లక్ష్యాలను నిర్దేశించడంలో సహాయపడుతుంది. స్వీయ-మూల్యాంకన ద్వారా, విద్యార్థులు వారు ఎక్కడికి చేరుకోవాలనుకుంటున్నారో మరియు అక్కడికి చేరుకోవడానికి ఏమి చేయాలో తెలుసుకోవచ్చు.

విద్యార్థులకు వారి ప్రగతిని ట్రాక్ చేయడంలో సహాయపడుతుంది. స్వీయ-మూల్యాంకన ద్వారా, విద్యార్థులు వారు ఎంతవరకు మెరుగుపడ్డారో మరియు మరింత మెరుగుపరచడానికి ఏమి చేయాలో తెలుసుకోవచ్చు.

స్వీయ-మూల్యాంకనను విజయవంతంగా చేయడానికి కొన్ని చిట్కాలు ఇక్కడ ఉన్నాయి:

- స్పష్టమైన మరియు మరింత సాధ్యమైన లక్ష్యాలను నిర్దేశించండి.
- మీ అభివృద్ధిని కొలవడానికి సరైన మార్గాలను ఎంచుకోండి.
- మీ స్వంత ప్రగతిని వివరణాత్మకంగా అంచనా వేయండి.
- మీరు మెరుగుపరచడానికి మార్గాలను కనుగొనండి.

స్వీయ-మూల్యాంకన అనేది నేర్చుకోవడంలో ఒక శక్తివంతమైన సాధనం. ఇది విద్యార్థులకు వారి స్వంత అభివృద్ధిని నియంత్రించడంలో మరియు మెరుగుపరచడంలో సహాయపడుతుంది.

రూపకల్పన మరియు అమలు చేసే వ్యూహాలు: నిర్మాణాత్మక మరియు సంగ్రహణ మూల్యాంకనాలు

రూపకల్పన మరియు అమలు చేసే వ్యూహాలు అనేవి ఏదైనా ప్రాజెక్ట్ లేదా కార్యక్రమాన్ని విజయవంతంగా పూర్తి చేయడానికి అవసరమైన ప్రక్రియలు మరియు పద్ధతులు. ఈ వ్యూహాలను రూపొందించడానికి మరియు అమలు చేయడానికి, మనం మొదట ప్రాజెక్ట్ లేదా కార్యక్రమం యొక్క లక్ష్యాలను మరియు అవసరాలను అర్థం చేసుకోవాలి. మనం ప్రాజెక్ట్ లేదా కార్యక్రమం యొక్క భాగస్వాములను కూడా పరిగణించాలి మరియు వారి అవసరాలు మరియు ఆశలను అర్థం చేసుకోవాలి.

నిర్మాణాత్మక మూల్యాంకనాలు మరియు సంగ్రహణ మూల్యాంకనాలు రెండూ రూపకల్పన మరియు అమలు చేసే వ్యూహాలను రూపొందించడానికి మరియు అమలు చేయడానికి ఉపయోగించే ముఖ్యమైన సాధనాలు.

నిర్మాణాత్మక మూల్యాంకనాలు

నిర్మాణాత్మక మూల్యాంకనాలు ప్రాజెక్ట్ లేదా కార్యక్రమం యొక్క నిర్మాణాన్ని అంచనా వేయడానికి ఉపయోగించే సాధనాలు. ఈ మూల్యాంకనాలు ప్రాజెక్ట్ లేదా కార్యక్రమం యొక్క లక్ష్యాలను, అవసరాలను మరియు అవసరాలను ఎంతవరకు తీర్చుతుందో అంచనా వేస్తాయి.

నిర్మాణాత్మక మూల్యాంకనాలను నిర్వహించడానికి వివిధ పద్ధతులు ఉన్నాయి. ఒక సాధారణ పద్ధతి అనేది ప్రాజెక్ట్ లేదా కార్యక్రమం యొక్క లక్ష్యాలను మరియు అవసరాలను స్పష్టంగా నిర్వచించడం మరియు వాటిని సాధించడానికి

అవసరమైన అంశాలను గుర్తించడం. ఈ అంశాలను ఆపై వారి ప్రాముఖ్యత ఆధారంగా ర్యాంక్ చేయవచ్చు.

నిర్మాణాత్మక మూల్యాంకనాల ఫలితాలు ప్రాజెక్ట్ లేదా కార్యక్రమం యొక్క దిశను మార్చడానికి ఉపయోగించవచ్చు. ఉదాహరణకు, మూల్యాంకన ఫలితాలు ప్రాజెక్ట్ లేదా కార్యక్రమం యొక్క లక్ష్యాలను మార్చడం లేదా అదనపు అంశాలను చేర్చడం అవసరమని సూచిస్తుంటే, ఆ మార్పులు చేయబడతాయి.

సంగ్రహణ మూల్యాంకనాలు

సంగ్రహణ మూల్యాంకనాలు ప్రాజెక్ట్ లేదా కార్యక్రమం యొక్క ఫలితాలను అంచనా వేయడానికి ఉపయోగించే సాధనాలు.

Chapter 7: Learning in Different Contexts

అధ్యాయం 7. వివిధ పరిస్థితులలో నేర్చుకోవడం

నేర్చుకోవడంలో సంస్కృతి మరియు సామాజిక-ఆర్థిక కారకాల పాత్ర

నేర్చుకోవడం అనేది ఒక జీవితకాల ప్రక్రియ. ఇది ఒక వ్యక్తి యొక్క అభివృద్ధి మరియు విజయానికి ముఖ్యమైనది. నేర్చుకోవడం అనేది సంస్కృతి మరియు సామాజిక-ఆర్థిక కారకాలచే ప్రభావితమవుతుంది.

సంస్కృతి

సంస్కృతి అనేది ఒక సమాజం యొక్క నమ్మకాలు, విలువలు మరియు ఆచారాల సమితి. సంస్కృతి నేర్చుకోవడాన్ని అనేక విధాలుగా ప్రభావితం చేస్తుంది.

నేర్చుకోవడం యొక్క లక్ష్యాలు మరియు ప్రాధాన్యతలు: వివిధ సంస్కృతులలో, నేర్చుకోవడం యొక్క లక్ష్యాలు మరియు ప్రాధాన్యతలు భిన్నంగా ఉంటాయి. కొన్ని సంస్కృతులలో, నేర్చుకోవడం యొక్క ప్రధాన లక్ష్యం జ్ఞానాన్ని పొందడం. ఇతర సంస్కృతులలో, నేర్చుకోవడం యొక్క ప్రధాన లక్ష్యం వృత్తిపరమైన నైపుణ్యాలను అభివృద్ధి చేయడం.

నేర్చుకోవడం యొక్క పద్ధతులు: వివిధ సంస్కృతులలో నేర్చుకోవడం యొక్క పద్ధతులు భిన్నంగా ఉంటాయి. కొన్ని

సంస్కృతులలో, నేర్చుకోవడం ప్రధానంగా పాఠశాలలో జరుగుతుంది. ఇతర సంస్కృతులలో, నేర్చుకోవడం ప్రధానంగా ఇంట్లో లేదా సంఘంలో జరుగుతుంది.

- నేర్చుకోవడం యొక్క భావోద్వేగాలు: వివిధ సంస్కృతులలో నేర్చుకోవడం యొక్క భావోద్వేగాలు భిన్నంగా ఉంటాయి. కొన్ని సంస్కృతులలో, నేర్చుకోవడం అనేది ఒక సానుకూల అనుభవం. ఇతర సంస్కృతులలో, నేర్చుకోవడం అనేది ఒక ఒత్తిడితో కూడిన అనుభవం.

సామాజిక-ఆర్థిక కారకాలు

సామాజిక-ఆర్థిక కారకాలు అనేవి ఒక వ్యక్తి యొక్క ఆర్థిక స్థితి, విద్యా స్థాయి మరియు సామాజిక స్థితి. ఈ కారకాలు నేర్చుకోవడాన్ని అనేక విధాలుగా ప్రభావితం చేస్తాయి.

- నేర్చుకోవడానికి అవకాశాలు: సామాజిక-ఆర్థికంగా ప్రయోజనం పొందిన వ్యక్తులు నేర్చుకోవడానికి మరింత అవకాశాలను కలిగి ఉంటారు. వారు మంచి పాఠశాలలకు హాజరు కావచ్చు, అధిక-నాణ్యత విద్యను పొందవచ్చు మరియు నేర్చుకోవడానికి మద్దతు పొందవచ్చు.

వైవిధ్యమైన తరగతి గదుల్లో నేర్చుకోవడం

వైవిధ్యమైన తరగతి గదులు అనేవి వివిధ సంస్కృతులు, నేపథ్యాలు మరియు నమ్మకాల నుండి వచ్చిన విద్యార్థులతో కూడిన తరగతి గదులు. వైవిధ్యమైన తరగతి గదులు సవాలుగా మరియు ప్రతిఫలదాయకంగా ఉంటాయి.

వైవిధ్యమైన తరగతి గదుల్లో నేర్చుకోవడం యొక్క ప్రయోజనాలు

వైవిధ్యమైన తరగతి గదుల్లో నేర్చుకోవడం అనేక ప్రయోజనాలను అందిస్తుంది.

విద్యార్థులను మరింత సహనశీలు మరియు అవగాహన కలిగి ఉంటుంది. వైవిధ్యమైన తరగతి గదుల్లో నేర్చుకోవడం విద్యార్థులను వివిధ దృక్పథాలను అర్థం చేసుకోవడానికి మరియు గౌరవించడానికి నేర్పిస్తుంది.

విద్యార్థులను మరింత సృజనాత్మక మరియు సమస్య పరిష్కార సామర్థ్యాలను అభివృద్ధి చేస్తుంది. వైవిధ్యమైన తరగతి గదులు విద్యార్థులకు వివిధ ఆలోచనలు మరియు దృక్పథాలను ప్రదర్శిస్తాయి, ఇది సృజనాత్మకత మరియు సమస్య పరిష్కారానికి దారితీస్తుంది.

విద్యార్థులకు మరింత మద్దతు మరియు స్నేహపూర్వక వాతావరణాన్ని అందిస్తుంది. వైవిధ్యమైన తరగతి గదులు విద్యార్థులకు వివిధ సంస్కృతులు, నేపథ్యాలు మరియు నమ్మకాల నుండి వచ్చిన ఇతర విద్యార్థులతో కనెక్ట్ అవ్వడానికి అవకాశాన్ని అందిస్తాయి.

వైవిధ్యమైన తరగతి గదులలో నేర్చుకోవడం యొక్క సవాళ్లు

వైవిధ్యమైన తరగతి గదులు కూడా కొన్ని సవాళ్లను అందిస్తాయి.

- విద్యార్థులకు విభిన్న అవసరాలు మరియు నైపుణ్యాలను పూర్తి చేయడం సవాలుగా ఉంటుంది. ఉపాధ్యాయులు వివిధ అవసరాలను కలిగిన విద్యార్థులందరికీ సమానంగా అందించడానికి కృషి చేయాలి.

- విద్యార్థులకు విభిన్న సాంస్కృతిక నమ్మకాలు మరియు ఆచారాలను అర్థం చేసుకోవడం సవాలుగా ఉంటుంది. ఉపాధ్యాయులు విద్యార్థులకు వివిధ సంస్కృతుల గురించి విద్యను అందించడానికి కృషి చేయాలి.

నేర్చుకోవడంపై టెక్నాలజీ ప్రభావం

టెక్నాలజీ అనేది నేర్చుకోవడంపై గణనీయమైన ప్రభావాన్ని చూపింది. ఇది విద్యార్థులకు కొత్త మార్గాల్లో నేర్చుకోవడానికి మరియు మరింత సమర్థవంతంగా నేర్చుకోవడానికి అవకాశాలను అందిస్తుంది.

టెక్నాలజీ నేర్చుకోవడాన్ని ప్రభావితం చేసే కొన్ని మార్గాలు ఇక్కడ ఉన్నాయి:

టెక్నాలజీ నేర్చుకోవడాన్ని మరింత అందుబాటులో చేస్తుంది. ఇంటర్నెట్ ద్వారా, విద్యార్థులు ప్రపంచంలోని ఎక్కడి నుండైనా నేర్చుకోవచ్చు.

టెక్నాలజీ నేర్చుకోవడాన్ని మరింత వ్యక్తిగతీకరిస్తుంది. విద్యార్థులు తమ అవసరాలు మరియు నైపుణ్యాలకు అనుగుణంగా తమ నేర్చుకోవడాన్ని అనుకూలీకరించగలరు.

టెక్నాలజీ నేర్చుకోవడాన్ని మరింత ఆసక్తికరంగా చేస్తుంది. వీడియోలు, ఆడియో, గేమింగ్ మరియు ఇతర డిజిటల్ మీడియాను ఉపయోగించి, విద్యార్థులు మరింత ఆకర్షితులైన మరియు పాల్గొన్న నేర్చుకోవడాన్ని అనుభవించవచ్చు.

టెక్నాలజీ నేర్చుకోవడాన్ని ప్రభావితం చేస్తున్న కొన్ని నిర్దిష్ట ఉదాహరణలు ఇక్కడ ఉన్నాయి:

డిజిటల్ ట్యుటోరియల్లు మరియు ఆన్‌లైన్ కోర్సులు విద్యార్థులకు తమ స్వంత వేగంలో మరియు సమయంలో నేర్చుకోవడానికి అనుమతిస్తాయి.

- వీడియోలు మరియు ఆడియో విద్యార్థులకు కష్టమైన సూత్రాలను అర్థం చేసుకోవడంలో సహాయపడతాయి.
- గేమింగ్ విద్యార్థులను మరింత ఆసక్తికరమైన మరియు ఉత్తేజకరమైన మార్గంలో నేర్చుకోవడానికి ప్రోత్సహిస్తుంది.

టెక్నాలజీ నేర్చుకోవడానికి కొన్ని సవాలులను కూడా సృష్టిస్తుంది. ఉదాహరణకు, టెక్నాలజీని సరైన రీతిలో ఉపయోగించడం నేర్చుకోవడం ముఖ్యం. అదనంగా, టెక్నాలజీని అధికంగా ఉపయోగించడం విద్యార్థులకు కంప్యూటర్ వ్యసనానికి దారితీయవచ్చు.

సమిష్టిగా, టెక్నాలజీ నేర్చుకోవడానికి గణనీయమైన ప్రయోజనాలను అందిస్తుంది. టెక్నాలజీని సరైన రీతిలో ఉపయోగించడం నేర్చుకోవడం ముఖ్యం, తద్వారా విద్యార్థులు దాని ప్రయోజనాలను పొందగలరు.

సమ్మిళిత మరియు సమాన నేర్పు వాతావరణాలను సృష్టించే వ్యూహాలు

సమ్మిళిత మరియు సమాన నేర్పు వాతావరణాలు అనేవి అన్ని విద్యార్థులకు, వారి వయస్సు, లింగం, జాతి, సంస్కృతి, లేదా నైపుణ్యాల స్థాయితో సంబంధం లేకుండా, విజయవంతంగా నేర్చుకోవడానికి అవకాశాన్ని అందిస్తాయి. ఈ వాతావరణాలను సృష్టించడానికి, విద్యార్థుల అవసరాలు మరియు ప్రయోజనాలను గౌరవిస్తూ, విద్యార్థులందరికీ సమాన అవకాశాలు మరియు అవకాశాలను అందించే వ్యూహాలను ఉపయోగించడం ముఖ్యం.

సమ్మిళిత మరియు సమాన నేర్పు వాతావరణాలను సృష్టించడానికి కొన్ని వ్యూహాలు ఇక్కడ ఉన్నాయి:

విద్యార్థుల అవసరాలను అర్థం చేసుకోండి. విద్యార్థుల అవసరాలు మరియు ప్రయోజనాలను అర్థం చేసుకోవడానికి విద్యార్థులతో సంభాషించడం ద్వారా ప్రారంభించండి. విద్యార్థుల వయస్సు, లింగం, జాతి, సంస్కృతి మరియు నైపుణ్యాల స్థాయిలను పరిగణనలోకి తీసుకోండి.

వైవిధ్యమైన అభ్యాస శైలులను ప్రోత్సహించండి. అందరూ ఒకే విధంగా నేర్చుకోరు. కొంతమంది విద్యార్థులు వినికిడి ద్వారా ఉత్తమంగా నేర్చుకుంటారు, మరికొందరు చూడటం ద్వారా ఉత్తమంగా నేర్చుకుంటారు, మరికొందరు చేయడం ద్వారా ఉత్తమంగా నేర్చుకుంటారు. వివిధ అభ్యాస శైలులను ప్రోత్సహించడానికి, వివిధ రకాల బోధనా మరియు అభ్యాస అవకాశాలను అందించండి.

- సహకారం మరియు సహకారాన్ని ప్రోత్సహించండి. సహకారం మరియు సహకారం విద్యార్థులకు ఒకరి నుండి ఒకరు నేర్చుకోవడానికి మరియు విభిన్న దృక్పథాలను అర్థం చేసుకోవడానికి సహాయపడుతుంది. విద్యార్థులను గుంపులలో పని చేయడానికి మరియు సహకార ప్రాజెక్టులలో పాల్గొనడానికి ప్రోత్సహించండి.

- సానుకూల మరియు సహాయక వాతావరణాన్ని సృష్టించండి. విద్యార్థులు తమను తాము సురక్షితంగా మరియు మద్దతుగా భావించే వాతావరణంలో వారు ఉత్తమంగా నేర్చుకుంటారు. సానుకూల మరియు సహాయక వాతావరణాన్ని సృష్టించడానికి, విద్యార్థులను గౌరవించడం మరియు వారిని విమర్శించకుండా ఉండటం ముఖ్యం.

Chapter 8: The Future of Learning
అధ్యాయం 8. నేర్చుకునే భవిష్యత్తు

విద్య మరియు నేర్చుకోవడంలో కొత్త ధోరణులు

విద్య మరియు నేర్చుకోవడం అనేది శతాబ్దాలుగా అభివృద్ధి చెందుతున్న రెండు క్లిష్టమైన అంశాలు. కొత్త సాంకేతికతలు, సామాజిక మార్పులు మరియు విద్యావేత్తలు మరియు నిపుణుల తరచుగా మార్పులు చేసే ఆలోచనలు కారణంగా, విద్య మరియు నేర్చుకోవడంలో కొత్త ధోరణులు ఎల్లప్పుడూ ఉద్భవిస్తూనే ఉన్నాయి.

విద్య మరియు నేర్చుకోవడంలో కొన్ని కొత్త ధోరణులు ఇక్కడ ఉన్నాయి:

**డిజిటల్ మీడియా మరియు టెక్నాలజీల ఉపయోగం: డిజిటల్ మీడియా మరియు టెక్నాలజీలు విద్య మరియు నేర్చుకోవడంలో మరింత ప్రాముఖ్యతను సంతరించుకుంటున్నాయి. వీడియోలు, ఆడియో, గేమింగ్, 3D ప్రింటింగ్ మరియు ఇతర డిజిటల్ సాధనాలు విద్యార్థులకు కొత్త మార్గాల్లో నేర్చుకోవడానికి మరియు పరిశోధించడానికి అవకాశాలను అందిస్తున్నాయి.

**వ్యక్తిగతీకరణ: విద్య మరియు నేర్చుకోవడం మరింత వ్యక్తిగతీకరించబడుతోంది. విద్యార్థుల అవసరాలు మరియు నైపుణ్యాలకు అనుగుణంగా వారి నేర్చుకోవడాన్ని సర్దుబాటు చేయడానికి ఉపాధ్యాయులు మరియు విద్యా సంస్థలు కొత్త పద్ధతులను అభివృద్ధి చేస్తున్నాయి.

- **సమిష్టి మరియు సహకార నేర్చుకోవడం:** సమిష్టి మరియు సహకార నేర్చుకోవడం విద్యలో మరింత ప్రాముఖ్యతను సంతరించుకుంటోంది. విద్యార్థులు ఒకరి నుండి ఒకరు నేర్చుకోవడానికి మరియు విభిన్న దృక్పథాలను అర్థం చేసుకోవడానికి సహకార ప్రాజెక్టులు మరియు కార్యకలాపాలలో పాల్గొంటున్నారు.

- **జీవితకాల నేర్చుకోవడం:** జీవితకాల నేర్చుకోవడం అనేది విద్యలో మరింత ప్రాముఖ్యతను సంతరించుకుంటోంది. విద్యార్థులు కళాశాల నుండి పట్టభద్రులైన తర్వాత కూడా నేర్చుకోవడం మరియు అభివృద్ధి చెందడం కొనసాగించాలని భావిస్తున్నారు.

ఈ కొత్త ధోరణులు విద్య మరియు నేర్చుకోవడం ఎలా జరుగుతుందో మార్చడానికి సహాయపడుతున్నాయి. అవి విద్యార్థులకు మరింత సమర్థవంతంగా మరియు ఆసక్తికరంగా నేర్చుకోవడానికి అవకాశాలను అందిస్తున్నాయి.

భవిష్యత్తు నేర్చుకోవడంపై టెక్నాలజీ ప్రభావం

టెక్నాలజీ అనేది నేర్చుకోవడంపై గణనీయమైన ప్రభావాన్ని చూపింది మరియు ఇది భవిష్యత్తులో కూడా అలాగే చేయడం కొనసాగిస్తుంది. టెక్నాలజీ నేర్చుకోవడాన్ని మరింత అందుబాటులో చేస్తుంది, వ్యక్తిగతీకరిస్తుంది, ఆసక్తికరంగా చేస్తుంది మరియు జీవితకాల నేర్చుకోవడాన్ని ప్రోత్సహిస్తుంది.

భవిష్యత్తు నేర్చుకోవడంలో టెక్నాలజీ యొక్క కొన్ని ప్రభావాలు ఇక్కడ ఉన్నాయి:

టెక్నాలజీ నేర్చుకోవడాన్ని మరింత అందుబాటులో చేస్తుంది. ఇంటర్నెట్ ద్వారా, విద్యార్థులు ప్రపంచంలోని ఎక్కడి నుండైనా నేర్చుకోవచ్చు. ఇది దూర ప్రాంతాలలో నివసించే విద్యార్థులకు మరియు అధునాతన విద్యను పొందడానికి అవకాశం లేని విద్యార్థులకు ప్రయోజనం చేకూరుస్తుంది.

టెక్నాలజీ నేర్చుకోవడాన్ని వ్యక్తిగతీకరిస్తుంది. విద్యార్థుల అవసరాలు మరియు నైపుణ్యాలకు అనుగుణంగా వారి నేర్చుకోవడాన్ని సర్దుబాటు చేయడానికి ఉపాధ్యాయులు మరియు విద్యా సంస్థలు కొత్త పద్ధతులను అభివృద్ధి చేస్తున్నాయి. టెక్నాలజీ ఈ ప్రక్రియను మరింత సులభతరం చేస్తుంది.

టెక్నాలజీ నేర్చుకోవడాన్ని ఆసక్తికరంగా చేస్తుంది. వీడియోలు, ఆడియో, గేమింగ్ మరియు ఇతర డిజిటల్ సాధనాలు విద్యార్థులకు కొత్త మార్గాల్లో నేర్చుకోవడానికి మరియు పరిశోధించడానికి అవకాశాలను అందిస్తున్నాయి.

- టెక్నాలజీ జీవితకాల నేర్చుకోవడాన్ని ప్రోత్సహిస్తుంది. మొబైల్ ఫోన్లు, టాబ్లెట్‌లు మరియు ఇతర డిజిటల్ పరికరాలు విద్యార్థులు ఎక్కడ ఉన్నా, ఎప్పుడైనా నేర్చుకోవడానికి అనుమతిస్తాయి. ఇది విద్యార్థులకు వారి జీవితాంతం నేర్చుకోవడానికి మరియు అభివృద్ధి చెందడానికి అవకాశాన్ని అందిస్తుంది.

భవిష్యత్తు నేర్చుకోవడంలో టెక్నాలజీ యొక్క కొన్ని నిర్దిష్ట ఉదాహరణలు ఇక్కడ ఉన్నాయి:

- అల్గారిథంలు మరియు కృత్రిమ మేధస్సు (AI) విద్యార్థుల అవసరాలను అర్థం చేసుకోవడానికి మరియు వారి నేర్చుకోవడాన్ని సర్దుబాటు చేయడానికి ఉపయోగించబడుతున్నాయి.

జీవితకాల నేర్చుకోవడం యొక్క ప్రాముఖ్యత

జీవితకాల నేర్చుకోవడం అనేది ఒక వ్యక్తి తన జీవితాంతం నేర్చుకోవడానికి మరియు అభివృద్ధి చెందడానికి కట్టుబడి ఉండటం. ఇది ఒక వ్యక్తి యొక్క వృత్తి, వ్యక్తిగత జీవితం మరియు సామాజిక జీవితంలో విజయవంతం కావడానికి అవసరం.

జీవితకాల నేర్చుకోవడం యొక్క ప్రాముఖ్యతను కొన్ని కారణాలు ఇక్కడ ఉన్నాయి:

ప్రపంచం చాలా వేగంగా మారుతోంది. కొత్త సాంకేతికతలు, ఆవిష్కరణలు మరియు ఆలోచనలు నిరంతరం అభివృద్ధి చెందుతున్నాయి. ఈ మార్పులను అనుసరించడానికి మరియు విజయవంతం కావడానికి, వ్యక్తులు తమ జీవితాంతం నేర్చుకోవడానికి కట్టుబడి ఉండాలి.

ప్రపంచం మరింత పోటీతత్వంతో కూడుకున్నది. ఉద్యోగ మార్కెట్లో విజయవంతం కావడానికి, వ్యక్తులు తమకు ఏమి అవసరమో ఆ నైపుణ్యాలను మరియు జ్ఞానాన్ని కలిగి ఉండాలి. ఈ నైపుణ్యాలను పొందడానికి, వారు తమ జీవితాంతం నేర్చుకోవడానికి కట్టుబడి ఉండాలి.

జీవితం ఒక ప్రయాణం. మనం ఎల్లప్పుడూ నేర్చుకుంటూ మరియు అభివృద్ధి చెందుతున్నాము. మనం కొత్త విషయాలను అనుభవిస్తూ, కొత్త వ్యక్తులను కలుస్తూ మరియు కొత్త సవాళ్లను ఎదుర్కొంటూ ఉండగా, మనం ఎల్లప్పుడూ నేర్చుకుంటూ ఉంటాము.

జీవితకాల నేర్చుకోవడాన్ని ప్రోత్సహించడానికి కొన్ని మార్గాలు ఇక్కడ ఉన్నాయి:

- ఆసక్తిని కలిగి ఉండండి. మీరు ఆసక్తి ఉన్న విషయాల గురించి నేర్చుకోవడం మరింత సులభం మరియు ఆనందదాయకం.

- నమ్మకం ఉంచండి. మీరు నేర్చుకోగలరని మరియు మీరు ఏదైనా సాధించగలరని నమ్మండి.

- సవాళ్లను ఎదుర్కోండి. మీకు సవాలుగా అనిపించే విషయాల గురించి నేర్చుకోవడం మీకు ఎక్కువ నేర్చుకోవడానికి సహాయపడుతుంది.

- సహాయం కోరండి. మీరు ఏదైనా విషయంలో సహాయం అవసరమైతే, దాన్ని అడగడానికి భయపడకండి.

జీవితకాల నేర్చుకోవడం అనేది ఒక వ్యక్తి యొక్క జీవితంలో ఒక ముఖ్యమైన భాగం. ఇది విజయం, సంతృప్తి మరియు సాధనకు దారితీస్తుంది.

భవిష్యత్తు కోసం విద్యార్థులను సిద్ధం చేయడం

భవిష్యత్తు అనేది ఊహించలేనిది, కానీ అది ఖచ్చితంగా మారుతుంది. కొత్త సాంకేతికతలు, ఆవిష్కరణలు మరియు ఆలోచనలు నిరంతరం అభివృద్ధి చెందుతున్నాయి. ఈ మార్పులను అనుసరించడానికి మరియు విజయవంతం కావడానికి, విద్యార్థులు భవిష్యత్తు కోసం సిద్ధంగా ఉండాలి.

భవిష్యత్తు కోసం విద్యార్థులను సిద్ధం చేయడానికి ఉపాధ్యాయులు మరియు విద్యా సంస్థలు చేయగలిగే కొన్ని విషయాలు ఇక్కడ ఉన్నాయి:

వ్యక్తిగతీకరించిన అభ్యాసం: విద్యార్థులందరికీ ఒకే విధమైన అభ్యాసం సరిపోదు. విద్యార్థుల అవసరాలు మరియు నైపుణ్యాలకు అనుగుణంగా వారి అభ్యాసాన్ని సర్దుబాటు చేయడానికి ఉపాధ్యాయులు మరియు విద్యా సంస్థలు కృషి చేయాలి.

సమిష్టి మరియు సహకార నేర్చుకోవడం: భవిష్యత్తులో, విద్యార్థులు కలిసి పని చేయడం మరియు విభిన్న దృక్పథాలను అర్థం చేసుకోవడం నేర్చుకోవాలి. సమిష్టి మరియు సహకార నేర్చుకోవడాన్ని ప్రోత్సహించడానికి ఉపాధ్యాయులు మరియు విద్యా సంస్థలు వివిధ కార్యకలాపాలు మరియు ప్రాజెక్టులను అందించవచ్చు.

సృజనాత్మకత మరియు సామర్థ్యం: భవిష్యత్తులో, విద్యార్థులు సృజనాత్మకంగా ఆలోచించడం మరియు కొత్త పరిష్కారాలను రూపొందించడం నేర్చుకోవాలి. సృజనాత్మకత మరియు సామర్థ్యాన్ని ప్రోత్సహించడానికి ఉపాధ్యాయులు మరియు

విద్యా సంస్థలు వివిధ కార్యకలాపాలు మరియు ప్రాజెక్టులను అందించవచ్చు.

- సాంకేతికత: భవిష్యత్తులో, సాంకేతికత విద్యలో ముఖ్యమైన పాత్ర పోషిస్తుంది. విద్యార్థులకు సాంకేతికతను ఎలా ఉపయోగించాలో మరియు దానిని సృజనాత్మకంగా ఎలా ఉపయోగించాలో నేర్పించడానికి ఉపాధ్యాయులు మరియు విద్యా సంస్థలు కృషి చేయాలి.

- జీవితకాల నేర్చుకోవడం: భవిష్యత్తులో, మారని ప్రపంచంలో నేర్చుకోవడం మరియు అభివృద్ధి చెందడం కొనసాగించడం ముఖ్యం. విద్యార్థులకు జీవితకాల నేర్చుకోవడం యొక్క ప్రాముఖ్యతను నేర్పించడానికి ఉపాధ్యాయులు మరియు విద్యా సంస్థలు కృషి చేయాలి.

ఈ చర్యలు విద్యార్థులను భవిష్యత్తులో విజయవంతం కావడానికి మరియు మారుతున్న ప్రపంచంలో సాగరించడానికి సహాయపడతాయి.

Chapter 9: Conclusion
అధ్యాయం 9. ముగింపు

కీలక అంశాల సారాంశం

కీలక అంశాల సారాంశం అనేది ఒక అంశం యొక్క కీలక అంశాలను సంక్షిప్తంగా వివరించే వచనం. ఇది సాధారణంగా ఒక పేజీ లేదా రెండు పేజీల పొడవు ఉంటుంది మరియు ఒక పెద్ద అంశాన్ని సమీక్షించడానికి లేదా ఒక నిర్దిష్ట అంశాన్ని వివరించడానికి ఉపయోగించబడుతుంది.

కీలక అంశాల సారాంశాన్ని రాయడానికి, మీరు క్రింది దశలను అనుసరించవచ్చు:

. అంశాన్ని అర్థం చేసుకోండి. మీరు ఏమి రాస్తున్నారో మీకు తెలిస్తే, మీరు మీ సారాంశాన్ని మరింత సమర్థవంతంగా వ్రాయవచ్చు.

. కీలక అంశాలను గుర్తించండి. అంశానికి సంబంధించిన ముఖ్యమైన భాగాలు లేదా ఆలోచనలను గుర్తించండి.

. అంశాలను క్రమబద్ధీకరించండి. మీరు గుర్తించిన కీలక అంశాలను సరైన క్రమంలో అమర్చండి.

. ఒక సంక్షిప్త సారాంశాన్ని రాయండి. మీరు గుర్తించిన కీలక అంశాలను సంక్షిప్తంగా మరియు సమర్థవంతంగా వివరించండి.

కీలక అంశాల సారాంశాన్ని రాయడానికి ఇక్కడ కొన్ని చిట్కాలు ఉన్నాయి:

- మీ సారాంశం స్పష్టంగా మరియు సంక్షిప్తంగా ఉండేలా చూసుకోండి.
- మీ సారాంశం సమగ్రంగా ఉండేలా చూసుకోండి. అన్ని ముఖ్యమైన అంశాలను కవర్ చేయండి.
- మీ సారాంశం నిజాయితీగా ఉండేలా చూసుకోండి. మీరు ఏదైనా వాదనలు లేదా ప్రతిపాదనలను చేస్తున్నట్లయితే, వాటికి మద్దతు ఇవ్వడానికి రుజువులు అందించండి.

కీలక అంశాల సారాంశాలు విద్యార్థులు, వృత్తిపరులు మరియు ఇతరులు కొత్త అంశాలను నేర్చుకోవడానికి లేదా ఒక అంశాన్ని సమీక్షించడానికి సహాయపడతాయి. అవి ఒక ముఖ్యమైన సాధనం, ఇది మీ సమాచారాన్ని స్పష్టంగా మరియు సంక్షిప్తంగా కమ్యూనికేట్ చేయడంలో మీకు సహాయపడుతుంది.

వాస్తవిక పరిస్థితులకు అనువర్తనం

వాస్తవిక పరిస్థితులకు అనువర్తనం అనేది ఒక సిద్ధాంతం లేదా ఆలోచనను నిజ ప్రపంచంలో ఎలా ఉపయోగించవచ్చో చూపించే ప్రక్రియ. ఇది ఒక ముఖ్యమైన సాధనం, ఇది సిద్ధాంతాలు మరియు ఆలోచనలను అర్థం చేసుకోవడంలో మరియు వాటిని మరింత సమర్ధవంతంగా ఉపయోగించడంలో మీకు సహాయపడుతుంది.

వాస్తవిక పరిస్థితులకు అనువర్తనాన్ని రూపొందించడానికి, మీరు క్రింది దశలను అనుసరించవచ్చు:

సిద్ధాంతం లేదా ఆలోచనను అర్థం చేసుకోండి. మీరు ఏమి అనువర్తించాలనుకుంటున్నారో మీకు తెలిస్తే, మీరు మీ అనువర్తనాన్ని మరింత సమర్ధవంతంగా రూపొందించవచ్చు.

వాస్తవిక పరిస్థితిని అర్థం చేసుకోండి. మీరు మీ అనువర్తనాన్ని ఎక్కడ ఉపయోగించాలనుకుంటున్నారో మీకు తెలిస్తే, మీరు మీ అనువర్తనాన్ని మరింత సమర్ధవంతంగా రూపొందించవచ్చు.

సిద్ధాంతం లేదా ఆలోచనను వాస్తవిక పరిస్థితిలో ఎలా ఉపయోగించవచ్చో ఆలోచించండి. ఏ పనులు లేదా ప్రక్రియలకు ఇది వర్తిస్తుంది? ఏ లక్ష్యాలను సాధించడానికి ఇది ఉపయోగించవచ్చు?

మీ అనువర్తనాన్ని పరీక్షించండి. మీరు మీ అనువర్తనాన్ని వాస్తవిక పరిస్థితిలో పరీక్షించి, అది ఎలా పని చేస్తుందో చూసుకోండి. మీరు మార్పులు చేసుకోవలసిన అవసరం ఉండవచ్చు.

వాస్తవిక పరిస్థితులకు అనువర్తనాలు వివిధ రకాల పరిస్థితులలో ఉపయోగించబడతాయి. ఉదాహరణకు, ఒక వ్యాపారం తన ఉత్పత్తులను మెరుగుపరచడానికి ఒక సిద్ధాంతాన్ని ఉపయోగించాలనుకోవచ్చు. లేదా, ఒక ప్రభుత్వం దాని విద్య వ్యవస్థను మెరుగుపరచడానికి ఒక ఆలోచనను ఉపయోగించాలనుకోవచ్చు.

వాస్తవిక పరిస్థితులకు అనువర్తనం యొక్క కొన్ని ప్రయోజనాలు ఇక్కడ ఉన్నాయి:

- ఇది సిద్ధాంతాలు మరియు ఆలోచనలను అర్థం చేసుకోవడంలో మీకు సహాయపడుతుంది.
- ఇది సిద్ధాంతాలు మరియు ఆలోచనలను మరింత సమర్థవంతంగా ఉపయోగించడంలో మీకు సహాయపడుతుంది.
- ఇది మీకు సృజనాత్మకంగా ఆలోచించడానికి మరియు కొత్త పరిష్కారాలను రూపొందించడానికి సహాయపడుతుంది.

వాస్తవిక పరిస్థితులకు అనువర్తనం అనేది ఒక శక్తివంతమైన సాధనం, ఇది మీకు విజయవంతం కావడంలో సహాయపడుతుంది.

పరిశోధన కోసం భవిష్యత్ దిశలు

పరిశోధన అనేది మానవత్వం యొక్క పురోగతిని నడిపించే ఒక శక్తివంతమైన సాధనం. ఇది కొత్త జ్ఞానాన్ని సృష్టిస్తుంది, కొత్త సాంకేతికతలను అభివృద్ధి చేస్తుంది మరియు సమాజంలో మార్పులను తెస్తుంది.

పరిశోధన యొక్క భవిష్యత్ దిశలు చాలా అవకాశాలను కలిగి ఉన్నాయి. ఇక్కడ కొన్ని ప్రధాన దిశలు ఉన్నాయి:

కృత్రిమ మేధస్సు మరియు మెషిన్ లెర్నింగ్: కృత్రిమ మేధస్సు మరియు మెషిన్ లెర్నింగ్ పరిశోధనలో ఒక ముఖ్యమైన ధోరణిగా మారింది. ఈ సాంకేతికతలు పరిశోధనను మరింత సమర్ధవంతంగా మరియు ఖచ్చితంగా చేయడానికి ఉపయోగించబడుతున్నాయి. ఉదాహరణకు, కృత్రిమ మేధస్సును పెద్ద డేటాసెట్లను అన్వేషించడానికి మరియు కొత్త నమూనాలను గుర్తించడానికి ఉపయోగించవచ్చు.

డేటా సైన్స్: డేటా సైన్స్ అనేది పెద్ద మొత్తంలో డేటాను సేకరించడం, విశ్లేషించడం మరియు అర్ధం చేసుకోవడంపై దృష్టి పెట్టే ఒక కొత్త శాస్త్రం. పరిశోధనలో డేటా సైన్స్ యొక్క ఉపయోగం పెరుగుతోంది, ఎందుకంటే ఇది పరిశోధకులకు కొత్త ఆవిష్కరణలను చేయడానికి మరియు సమస్యలను పరిష్కరించడానికి సహాయపడుతుంది.

మల్టీ-డిసిప్లినరీ పరిశోధన: మల్టీ-డిసిప్లినరీ పరిశోధన అనేది రెండు లేదా అంతకంటే ఎక్కువ విభిన్న శాస్త్రాల నుండి పరిశోధకులను కలిపి ఉపయోగించే ఒక రకమైన పరిశోధన. ఇది కొత్త మరియు సృజనాత్మక ఆలోచనలను ఉత్పత్తి

చేయడానికి మరియు సమస్యలను పరిష్కరించడానికి ఒక శక్తివంతమైన సాధనం.

- పర్యావరణ మరియు సామాజిక సమస్యలపై పరిశోధన: పర్యావరణ మరియు సామాజిక సమస్యలు ప్రపంచంలోని అత్యంత ముఖ్యమైన సమస్యలలో కొన్ని. పరిశోధన ఈ సమస్యలను పరిష్కరించడానికి మరియు మరింత సుస్థిరమైన మరియు న్యాయమైన ప్రపంచాన్ని సృష్టించడానికి సహాయపడుతుంది.

ఈ దిశలలో పరిశోధన భవిష్యత్తులో మానవత్వంపై గణనీయమైన ప్రభావాన్ని చూపుతుంది. ఇది కొత్త జ్ఞానాన్ని సృష్టిస్తుంది, కొత్త సాంకేతికతలను అభివృద్ధి చేస్తుంది మరియు సమాజంలో మార్పులను తెస్తుంది.

ఉపాధ్యాయులు మరియు విధాన నిర్మాతలకు పిలుపు

ప్రపంచం వేగంగా మారుతోంది. కొత్త సాంకేతికతలు, ఆవిష్కరణలు మరియు సవాళ్లు నిరంతరం ఉద్భవించాయి. ఈ మార్పులకు అనుగుణంగా ఉండటానికి, మనం మన విద్యా వ్యవస్థను పునర్నిర్మించాలి.

ఉపాధ్యాయులు మరియు విధాన నిర్మాతలకు ఈ పిలుపు ఉంది. మనం కలిసి పనిచేయాలి మరియు భవిష్యత్తు కోసం విద్యార్థులను సిద్ధం చేయడానికి ఒక వ్యవస్థను సృష్టించాలి.

ఉపాధ్యాయులకు పిలుపు

ఉపాధ్యాయులకు భవిష్యత్తు విద్యా వ్యవస్థలో ముఖ్యమైన పాత్ర ఉంది. మీరు విద్యార్థులను నేర్పడానికి మరియు ప్రేరేపించడానికి కృషి చేయాలి. మీరు వారికి కొత్త నైపుణ్యాలు మరియు జ్ఞానాన్ని నేర్పించాలి, అలాగే వారు సవాళ్లను ఎదుర్కోవడానికి మరియు మార్పులకు అనుగుణంగా ఉండటానికి సిద్ధంగా ఉండాలి.

విధాన నిర్మాతలకు పిలుపు

విధాన నిర్మాతలు విద్యా వ్యవస్థను అభివృద్ధి చేయడానికి మరియు మెరుగుపరచడానికి సహాయం చేయాలి. మీరు విద్యార్థుల అవసరాలను తీర్చడానికి మరియు వారిని భవిష్యత్తులో విజయవంతం కావడానికి సహాయపడే విద్యా వ్యవస్థను రూపొందించాలి.

భవిష్యత్తు విద్యా వ్యవస్థ కోసం కొన్ని ప్రతిపాదనలు

- వ్యక్తిగతీకరించిన అభ్యాసం: విద్యార్థుల అవసరాలు మరియు నైపుణ్యాలకు అనుగుణంగా అభ్యాసంను సర్దుబాటు చేయాలి.
- సమిష్టి మరియు సహకార నేర్చుకోవడం: విద్యార్థులను కలిసి పని చేయడానికి మరియు విభిన్న దృక్పథాలను అర్థం చేసుకోవడానికి ప్రోత్సహించాలి.
- సృజనాత్మకత మరియు సామర్థ్యం: విద్యార్థులను సృజనాత్మకంగా ఆలోచించడానికి మరియు కొత్త పరిష్కారాలను రూపొందించడానికి ప్రోత్సహించాలి.
- జీవితకాల నేర్చుకోవడం: విద్యార్థులకు జీవితాంతం నేర్చుకోవడానికి మరియు అభివృద్ధి చెందడానికి స్థావరాన్ని అందించాలి.

ఈ ప్రతిపాదనలు భవిష్యత్తు కోసం విద్యార్థులను సిద్ధం చేయడంలో సహాయపడతాయి. ఉపాధ్యాయులు మరియు విధాన నిర్మాతలు కలిసి పనిచేస్తే, మనం ఈ మార్పులను సాధించగలము.

మనం కలిసి పనిచేస్తే, మనం మన విద్యా వ్యవస్థను ఒక మార్గంగా మార్చగలము, ఇది అన్ని విద్యార్థులకు విజయం సాధించడానికి అవకాశాన్ని అందిస్తుంది.

www.ingramcontent.com/pod-product-compliance
Ingram Content Group UK Ltd.
Pitfield, Milton Keynes, MK11 3LW, UK
UKHW022221230426
12048UKWH00016BA/979

9 798869 122766